पाऊलवाटेवरले गाव

लेखक
आशा बगे

मेहता पब्लिशिंग हाऊस

Email : production@mehtapublishinghouse.com

Website : www.mehtapublishinghouse.com

PAULVATEVARLE GAON by AASHA BAGE

पाऊलवाटेवरले गाव : आशा बगे / कथासंग्रह

Email : author@mehtapublishinghouse.com

© आशा बगे

प्रकाशक : सुनील अनिल मेहता, मेहता पब्लिशिंग हाऊस,
१९४१, सदाशिव पेठ, माडीवाले कॉलनी, पुणे - ४११०३०.

अक्षरजुळणी : इफेक्ट्स, २१/६ब, आयडिअल कॉलनी, कोथरूड, पुणे ३८.

मुखपृष्ठ : चंद्रमोहन कुलकर्णी

प्रकाशनकाल : ऑगस्ट, २००५ / फेब्रुवारी, २००७ / पुनर्मुद्रण : जुलै, २०१४

P Book ISBN 9788177665772
E Book ISBN 9789353170806
E Books available on : play.google.com/store/books
www.amazon.in

दि. बा. मोकाशी,
तुमच्या सहज सुंदर कथेला–

–आशा बगे

अनुक्रमणिका

केवडा / १

गाव / ३५

लग्न / ६१

कलश / ८९

ॲन्टिक / १०३

पुन्हा एकदा जन्म / ११४

अतिथी / १२६

केवडा

आज काहीतरी वेगळं झालं. पावसाआधी दुरून कुठून येणाऱ्या पावसाचा वासच प्रथम वाऱ्यावरून यावा तसा तो वास आला. केवड्याचा... किती वर्षांनंतर कुठून? कसा? दिवस तर केवड्याचे नाहीत! थंडी भरावर आहे. तो पावसाळी गारवा नाही.

जया उठूनच बसली. अंधारात चमकणारे घड्याळाचे काटे तिला दिसले नाहीत. त्यांची ती टिकटिकही ऐकू आली नाही. फक्त तो केवड्याचा वास आला. रात्री उशाकडची खिडकी उघडी राहून गेली असणार. थंड हवेच्या झोताबरोबरच तो वास येतो आहे. त्या खिडकीतून म्हणजे खिडकीच्याही पलीकडून. कदाचित त्या नव्या घरातून. ती खिडकीशी उभी राहिली. पहाटे साडेतीन-पावणेचारच्या मधली वेळ. गार हवेचा सपकारा चेहऱ्यावर बसला. तिनं जवळची शाल पांघरली. समोरचं ते नवं घर. बंगलाच दोन मजली. वरच्या खोल्यांतून रात्रीचे निळसर मंद दिवे लागलेले आणि खालच्या आवारातला एक दिवा. त्या दिव्याचा उजेडही तिच्यापर्यंत येऊन पोचतोय का? तसं अंतर तर काही फार कमी नाही! मध्ये दुसरं काही बांधलेलं नाही म्हणून ते जवळ भासतं इतकंच. किती वर्षं हा प्लॉट रिकामा पडला होता! कार्तिक गेला त्या सुमारास त्या प्लॉटवर काही हालचाली सुरू झाल्या. त्या जागेवर माजलेले तण साफ झाले. ओबडधोबड दगड रुतून बसले होते, ते काढले गेले.

माणसं येऊन बघून गेली. तो ज्यांनी घेतला होता ते आणि त्यांचा बिल्डर एकदा आले. प्लॉट बघून गेले. तेव्हा तसा संबंध नव्हता तरी जयानंच त्यांना आपणहून चहापाणी केलं. सौमित्र आर्किटेक्ट आहे. त्याची या लोकांशी ओळख व्हावी, या बंगल्याच्या डिझाईनचं काम त्याला मिळावं, असं तिला वाटलंही

असेल. कार्तिक गेल्यानंतर त्यानं नोकरी सोडली. मग तीच मागं लागली म्हणून भर मेन रोडवर दोन खोल्या मिळवल्या. सुरुवातीला नुसताच जाऊन बसत असे. त्या काळातच बंगल्याचं काम मिळवायला हवं, असं तिला वाटणं साहजिकच होतं. तिनं प्रयत्न केलाही; पण त्या लोकांचं सगळं ठरलेलं होतं. सगळा प्लॅन तयार होता. सौमित्रला ते काम मिळालं नाही, तरी तो प्लॉट आणि त्यावर बांधलं जाणारं घर मनातून गेलं नाही आणि त्या घराचं कामही कसं कोण जाणे, पण रेंगाळतच गेलं. कॉलम टाकल्यानंतर थांबलं ते दीड वर्ष काही नाही. मग पुन्हा स्लॅबच्या स्टेजला अडकलं. असं थांबत-अडखळत पूर्ण झाल्यावरही ते तसंच होतं. कुणी राहायला आलं नाही. राहायला येण्याच्या काही खुणा नाहीत. रंग दिलेला नाही, वीज घेतलेली नाही. प्राण नसलेला सांगाडा नुसता आपला उभा असावा, असं ते घर. आणि अचानक दोन-तीन महिन्यांपूर्वी हालचाल सुरू झाली. कोऱ्या नकाशावर शहरांची टिंबं दिली जावीत, नद्यांच्या नव्या रेषा काढल्या जाव्यात, पहाड-टेकड्याही उभ्या व्हाव्यात, तसं त्या घराला रंग-रूप आलं. वास्तू तयार झाली. दोन-तीन दिवसांपूर्वी ट्रकमधून सामान आलं. संध्याकाळच्या वेळी जया घरी एकटीच होती. ही वेळ पूर्वी रिती नव्हती. ती घरीच बारावीचे क्लासेस घ्यायची. कार्तिक गेला, त्यापूर्वीच त्याच्या आजारपणात तिनं ते बंद करून टाकले. सौमित्रनं नोकरी सोडली. तिनं क्लासेस बंद केले. शाळेत जाणं मात्र तेवढं ठेवलं आहे. सगळंच काही बंद करता येत नाही आणि शेवटच्या थेंबापर्यंत सगळंच गळूनही जात नाही... त्यांच्या सामानाचा ट्रक त्या घराशी येऊन उभा राहिला, तेव्हा जयाचीच धावपळ उडाली. तिनं आपल्याच घरातले सगळे दिवे लावून ठेवले आणि ती तिच्या घराच्या मागच्या बाजूला जाऊन उभी राहिली. लगेच मागाहून आलेल्या मारुती व्हॅनमधून चार माणसं उतरली. एक मध्यमवयीन जोडपं, एक मुलगा– बहुधा कार्तिकपेक्षा थोडा लहान आणि एक जरा आजीसारखी बाई. कुणी रिटायर जज्ज होते. दुसऱ्या दिवशी घराला तोरण लागलं. वास्तुपूजा झाली. होम झाला असावा. मंत्र ऐकू आले. सनईचे सूर घुमले. शंभरेक तरी माणसं जेवली असतील. तिला कुणीही बोलावलं नाही. बोलावलं असतं तर तिला नक्कीच आवडलं असतं. तिला काही खाण्यात रस थोडाच होता? त्यानिमित्तानं ते घर, ती वास्तू आतून बघता आली असती, जी तीन वर्षं, कार्तिक गेल्यापासूनची तीन वर्षं तिच्यासमोर अपूर्ण अवस्थेत होती आणि त्या घराच्या पूर्ण होण्यातला प्रत्येक टप्पा तिनं पाहिलेला होता, त्या पूर्ण होण्याशी तिचाही कुठंतरी संबंध नव्हता का? पण तिला बोलावलंच नाही तर ती जाणार कशी? सौमित्रला तिनं म्हणून पाहिलं, की त्या लोकांनी साधं बोलावलंही नाही. कीर्तीलाही तिनं असं काही म्हणून पाहिलं; पण सौमित्रनं दिलं तितकंही लक्ष कीर्तीनं तिच्या बोलण्याकडे

दिलं नाही, तेव्हा तीच खजिल झाली. वास्तुशांत समारंभ झाला त्या दिवशी रात्री बारा वाजेतो सतार ऐकू येत होती. वास्तुशांतीनिमित्त असेल. रात्रीच्या शांत वेळी ती सतार आणि त्या घरातले सगळीकडेच दिवे मालवले असताना आपल्या स्वत:च्या उजेडानं जागी राहिलेली ती वास्तू आणि ते सतारीचे सूर... तिथूनच कुठून तरी तो केवड्याचा वास येतो आहे. या भलत्या वेळी. पहाटेच्या वाऱ्यात मिसळलेला. त्या घरापासून मधल्या रिकाम्या जागेवरून, उघड्या राहिलेल्या खिडकीतून थेट तिच्यापर्यंत... थंडी खूपच होती. गार गार वारंही होतं. पावणेचारच जेमतेम झालेले. ती मुकाट्यानं पडून राहिली. झोप तर येणारच नव्हती. खिडकी बंद झाली तसा तो केवड्याचा वासही यायचा थांबला.

संध्याकाळी जया झोपाळ्यावर बसली होती. घरी एकटीच. या वेळी असते तशी. टीव्ही आत उगाचच सुरू ठेवला होता. स्वैपाकाच्या बाई यायच्या होत्या. कीर्ती येऊन पुन्हा बाहेर गेलेली– बॅडमिंटन खेळायला. सौमित्रची तर ही घरी येण्याची वेळच नाही. थंडी होती, अंगावरची एकच शाल पुरे वाटत नव्हती. तरी आत जाऊन स्वेटर वगैरे घालावा, असं वाटत नव्हतं. खरं म्हणजे आत दिवे लावायचे होते. खोल्यांतून अंधार होता. निदान समोरचा तरी लाईट लावायला हवा होता. पण ती उठली नाही. फाटकाशी कुणी आलेलं दिसलं. कुणी एक तरुण मुलगा. उंच, रोड, डोळ्यांना जाड भिंगाचा चष्मा, गोरा, अंगात लांब बाह्यांचा बंद गळ्याचा स्वेटर, मफलर आणि हातात मोजेसुद्धा. ती उठली. "या" म्हणाली आणि पाहू लागली. थंडी होती कबूल, पण एवढा कडेकोट बंदोबस्त! तरुण मुलांना कुठे वाजते थंडी? कार्तिकलाच तर किती जोरानं ओरडावं लागे. साधा मनिला, बटणं उघडी...

ती 'आत या' म्हणाली तरी तो फाटकाशीच उभा होता.

"आम्ही आता राहायला आलो इथं. तुमच्या मागं. तुमचेही दिवे गेलेत का?"

ती चमकली. हा त्या नव्या घरातला मुलगा! मग तिच्या लक्षात आलं, की तिनं दिवे लावलेच कुठं होते? समोरचाच तर दिवा लावला होता. त्याचा उजेड झाडावर झोपाळ्यावर आणि त्या मुलापर्यंत आला. आणि टीव्ही तर सुरू होता! तिला हसायला आलं. ती मग त्या मुलाच्या जवळ गेली तो मुलगा श्वास लागावा तसा धपापत होता.

"तुमचे तर आहेत दिवे!" तो म्हणाला.

"हो."

"बुधवारी या एरियातले लाईट जातात का?" त्यानं विचारलं.

"आमचे आहेत नं," म्हणताना ती हसली.

“मग फ्यूज वायर आहे का? कदाचित आमचा फ्यूज गेला असेल.”

ती गोंधळली. असेलच घरात, पण तिला नाही माहीत, कीर्ती, सौमित्र यांना ते सगळं माहीत असतं. एवढा हा नव्या घरातला मुलगा काही मागायला आला, तर साधी एवढीशी वस्तूही धड माहीत असू नये आपल्याला ती कार्तिकलाही कधी माहीत नसे.

“नसेल, जाऊ द्या.” तो जायला लागला.

“थांबा, बघते मी,” म्हणून ती आत गेली. दोन-तीन मिनिटांतच परतली. फ्यूज वायर नाहीच मिळाली; पण तिला त्याला पुष्कळ विचारावंसं वाटलं.

“परवा तुमची वास्तुशांत झाली ना?” तिनं माहीत असलेलंच विचारलं. तो गोरा होता; पण तो गोरा रंग पांढराफटक, ॲनिमिक वाटला. असा रंग मग गोरासुद्धा वाटत नाही धड.

“हो.” तो म्हणाला.

“सतारीचा कार्यक्रम छान झाला,” तिनं सुरू ठेवलं. “कुणाची?”

“मीच वाजवतो.”

“तुम्ही? छान वाजवली.”

“ऐकली तुम्ही?”

“हो, म्हणजे जेवढं ऐकू येत होतं तेवढं.”

“कुणाकडे शिकलात?”

त्यानं सांगितलं. तेवढं साधं बोलताना त्याला दम लागत होता.

“बरं नाही तुम्हाला?”

“मला अस्थमा आहे. क्रॉनिक. थंडीत जास्त त्रास होतो.” तो सहजच म्हणाला. कार्तिकला तर त्याच्या आजाराचा नुसता उल्लेख खपत नसे. कुणी नुसतं ‘कसं वाटतं’ म्हटलं तरी चिडायचा. या मुलाच्या तुलनेत किती तगडा, उंचापुरा मुलगा! नखात रोग नव्हता...

तो मुलगा जेमतेम गेला असेल तो तिचेही दिवे गेले. आता तर तो पूर्ण परिसर अंधारात. तरी अंधारात उजेडाचे काही अंश असतातच, तसे दिसत राहिले.

नेहमीसारखी पावणेचार ते चारच्या दरम्यान जयाला जाग आली. सगळी दारं-खिडक्या बंद केली होती तरी थंडी वाजत होती. मग उश्याकडची खिडकी उघडून पाहण्याचा मोह तिनं टाळला; पण तरीही तो वास आलाच. केवड्याचा. त्याच नव्या घराच्या दिशेनं– मधल्या मोकळ्या जागेवरून. खिडक्या वगैरे बंद असल्या तरी फटी असतातच. व्हेंटिलेटरही आहेत आणि त्या केवड्याच्या गंधाला आत शिरायला उजेडाच्या एका लहानशा तिरिपीइतकीसुद्धा जागा पुरेशी होते. काचेतून

पाहिलं तो त्या नव्या घराच्या दिशेनं खरंच एक प्रकारचा झोत येत होता. ती डोळे मिटून तो गंध अनुभवत राहिली. ओळखत, चाचपून बघत, शांत वाटलं. आजोळी जगदीशमामाकडे त्याच्या वाड्याच्या मागं तो केवडा होता. दाट वाढलेला. आजी त्याला 'माजलेला' म्हणायची. आजीचा तो शब्द त्या वासाला शोभत नाही, असंच तिला वाटायचं. माजतं ते तण. ते उलट वाढतं, फोफावतं ते उद्धटपणे. आजीला केवड्याचा वास नव्हता आवडत. म्हणजे केवडाच नव्हता आवडत. त्याच्या वासावर साप येतो म्हणायची. पण कधीही जयानं तिथं साप पाहिला नाही. लहानपणी नाही, मोठेपणीही नाही. सापाबद्दलची ती सगळी विधानं मुळीच शास्त्रीय नाहीत, असं कार्तिकही तर किती वेळा म्हणायचा! मामींनी– जगदीशमामाच्या बायकोनं तिची मंगळागौर केली. रात्र जागवली. बाहेर दिवसभर झिरपता पाऊस. झिरपून झिरपून जमिनीत मुरलेला. हवेतल्या पावसाळी गारव्याबरोबर येणारा केवड्याचा गंध. सौमित्रला तिच्या आजोळचा तो तीन मजली वाडा आवडला होता. त्या तुळया, मयाली, लाकडी खांबांवर कोरलेले नक्षीकाम, भिंतीच्या कोपऱ्यातलं डिझाईन... बांधलं त्या वेळी ते नवीन असणार! 'कधी तरी हे डिझाईन घेतलं पाहिजे...' सौमित्र म्हणाला होता. त्या वाड्याच्या मागं अर्धा किलोमीटर अंतरावर एक तळं. त्या तळ्याशीच बस थांबायची. शिंगाडे विकायला बसायचे तिथं लोक. ओले शिंगाडे. मंगळागौरीच्या पूजेला केवढा सारा केवडा आणलेला! मंगळागौरीची रात्र जागून पहाटे पहाटे ती सौमित्रजवळ गेली. त्यानंतरच कार्तिक गर्भात आला. त्या वेळी त्या वासाचे जणू डोहाळे होते आणि ओले शिंगाडे. तेच खूप खावेसे वाटायचे. यात जगावेगळं काही नव्हतं. फक्त ती वेळ वेगळी होती. पहाटेपूर्वीची. केवड्याच्या उत्कट वासाची. कार्तिकच्या अस्तित्वाची ती वेळ... कार्तिकच्या वेळचं डोहाळेजेवण मामींनी केलं तेव्हा केवडा नव्हता. केवड्याची ती वेळ नव्हती... जयाला आता झोप येणं शक्यच नव्हतं. सौमित्र गाढ झोपलेला होता. या वेळी त्याला गाढ झोप लागते. तो पुष्कळदा दोन-अडीचपावेतोही जागा असतो. सकाळी मात्र नऊ-साडेनऊपर्यंतही उठतो. कार्तिकच्या मृत्यूनंतर वर्षभर त्याला झोपेच्या गोळ्या लागल्या. मग जयानं प्रयत्नांनी त्याची ती सवय मोडली. तरी झोप त्याला उशिराच येते. कितीदा सांगितलं, 'चांगला लांबवर फिरायला जा, संध्याकाळी स्वतःला दमव, झोप येत कशी नाही?' सौमित्र नुसता हसतो आणि सोडून देतो. तीच मागं लागली, म्हणून ऑफिस थाटलं. जाऊन बसायचं म्हणून बसत होता. नवं काही सुचत नाही, ही सतत तक्रार करायचा. इतक्यातच जरा कामात गुंतलेला वाटतो. जयाला हे मुळीच मान्य नाही. त्याचं वागणं नव्हे; त्याचं हे न सुचणं. इतकं रिक्त कुणी कधी होत नाही. तिनं नाही का स्वतःला एका चाकोरीत बांधून टाकलं! कुठं फट म्हणून ठेवली

नाही. सकाळ-संध्याकाळ लांबवर फिरून येते. तिला भूकही खूप लागते. पुष्कळदा साडेनऊपर्यंत झोपूनही जाते. मग अशी जाग येते. पण झोप अपुरी वाटत नाही. त्या वेळी सौमित्र नुकताच झोपलेला असतो. त्याची झोप गाढ होत असते. दोघांचा पाठशिवणीचा खेळ. एक उठते, तर एक झोपतो. कार्तिकचं जाणं सहन करण्याचे दोघांचे दोन वेगवेगळे रस्ते...

दोन-तीन दिवसांनी रात्री सौमित्र निवांत भेटला तेव्हा ती सहज सांगतो तसं म्हणाली,

"तुला एक गोष्ट सांगायची आहे.''

सौमित्रच्या हातात एक प्लॅन होता. अर्धवट, अपूर्ण. तसं त्याचं लक्षही नसावं. ती पुन्हा म्हणाली तेव्हा तो 'हं' म्हणाला.

"आजकाल रोज पहाटे बघ, केवड्याचा वास येतो. त्या समोरच्या घरातून.''

"शक्य आहे.'' तो प्लॅनवरची नजर न काढता म्हणाला.

"काय डोंबल शक्य आहे! या दिवसांत केवडा कुठला!''

"का? लावला असेल त्या लोकांनी!'' त्यानं मान वर करूनही पाहिलं नाही.

"तुला आठवतं नं, कार्तिकच्या वेळी मला तो वास किती आवडायचा!''

"हो, आवडत असेलच.'' तो स्वत:शी त्याचा काही संबंध नसल्यासारखा म्हणाला.

"कार्तिकच्या आजारपणात, तो जायच्या दिवसांतही मला तो वास यायचा, आठवतं?'' ती म्हणाली.

"तो तुझा भ्रमच होता गं! जस्ट ॲन इल्युजन...''

"म्हणजे तो भास होता! आणि आता काय आहे?''

"आता?'' त्यानं अजिबात न समजता विचारलं.

"मग सौमित्र, मी तुला केव्हाची सांगते काय आहे?''

"काय?'' त्याचा लहान मुलासारखा भाबडा चेहरा पाहून मात्र तिला हसायला आलं. तो मात्र व्यग्र होता. ती त्याच्या प्लॅनमध्ये डोकावली, तर प्लॅन कसला! तिला त्या नुसत्या रेषाच वाटल्या, उभ्या, आडव्या. काहीएक समजलं नाही.

"कशाचा प्लॅन आहे?''

सौमित्र बोलला नाही.

संध्याकाळी फाटक वाजलं. कीर्ती समोरच होती. ती बाहेरच जात होती. खेळायला. ती बोलल्याचा आवाज आला. पण दुसरा आवाज त्याचा होता... त्या नव्या घरातल्या मुलाचा. तो तिनं ओळखला, मऊ मृदू आवाज... कोवळा आणि तरुणही. तसा तिनं तो एक-दोनदाच ऐकला असेल; पण केव्हाही कसाही ओळखू

येईल, इतका लक्षात राहिला. कार्तिकच्या आवाजाच्या अगदी विरुद्ध. चौदा-पंधरा वर्षांचा असताना कार्तिकचा आवाज फुटला. घोगरा झाला. नंतर जरा खरखरीत. संपूर्ण अनाकर्षक असा. इतक्या कोवळ्या मुलाला न शोभणारा आवाज. कधी शिकवण्याची लाइन घेतली तर त्या आवाजालाच मुलं बुजतील, असं वाटायचं तिला. जयाला पुढं होऊन त्या मुलाशी बोलावंसं वाटलं. पण तो कीर्तीशी बोलत होता. तिनं पुढं कसं व्हायचं? पण कीर्तीच आत आली.

''तो आला आहे.''

''कोण?''

''तो त्या नव्या घरातला गं!'' कीर्ती हसून म्हणाली.

''काय म्हणतो?''

''मला इथली चांगली लायब्ररी विचारली.''

''मग सांगितली ना?''

''अगं, त्याला फक्त इंग्रजी पुस्तकांची हवी होती. तीही जवळपास. तशी नाही इथं. मराठी लायब्ररीतच इंग्रजीचा एक कोपरा असतो.''

''मग गं?''

''मग?'' कीर्तीला आईचं आश्चर्यच वाटलं. ''मग काय मग?''

''एवढ्याचकरिता आला आहे?'' ती म्हणाली.

''तो मुख्य म्हणजे तुझ्याकडंच आला आहे गं! तेच तर सांगते.'' कीर्ती म्हणाली आणि नेहमीसारखी बाहेर गेली.

जया बाहेर गेली. तो अजूनही उभाच होता. कीर्तीनं त्याला साधं बसही म्हणू नये? कमाल करते ही मुलगी कधी कधी! आता जयानं त्याला अहो-जाहो म्हटलं नाही.

''अरे, बस नं.'' ती म्हणाली. तरी तो बसला नाही. आजही तोच थंडीचा जामानिमा चढवलेला. त्याला श्वास लागलेला. मधूनमधून इनहेलर नाकाला लावत होता.

''आई म्हणाली, की तुमच्या स्वैपाकाच्या बाई येतात त्यांना पाठवता का आमच्याकडं त्यांचं काम झालं की?'' यावर नुसतं 'पाठवीन' किंवा 'तिला जमणार नाही,' इतकं साधं उत्तर असताना तिनं विचारलं, ''तुमच्याकडे हवी आहे स्वैपाकाला?''

''हवी असेल, मला वाटतं. माहीत नाही.''

तिला हसायला आलं. कार्तिकचा भाऊच दिसतो. त्यालाही काही माहिती नसायचं.

''पाठवीन मी त्यांना.'' ती मनापासून म्हणाली. तो जायला लागला, तेव्हा

तिनं विचारलं, ''तुला चांगली लायब्ररी हवी आहे?''

''हो.''

''इंग्रजीच पुस्तकं हवीत?''

''हो, ओल्ड क्लासिक्स.''

''तुला आवडतात?''

''पूर्वी वाचत होतो. मध्ये बंद झालं. आता वर्षभर वेळ आहे म्हणून...''

वर्षभर वेळ! या वयात वेळ असतो? तोही वर्षभर? पुस्तकं वाचायला?... ओल्ड क्लासिक?

''तू काय करतोस?...म्हणजे काय शिकतोस?''

''इंजिनिअरिंग. थर्ड इयर झालो.''

''ब्रँच कुठली?''

''मेकॅनिकल.''

''हो, माझा मुलगाही मेकॅनिकल इंजिनिअरच होता.''

''हो! पण मला वर्षभर गॅप घ्यायची होती. या वर्षी थांबलो मी.''

''का, गॅप का?'' तिनं विचारलं.

''तब्येत बरी नव्हती. डॉक्टरांनी वर्षभर स्ट्रेन नको सांगितलं.''

''काय झालं आहे?''

''मुख्य अस्थमा. मग मायनर छोटं छोटं पुष्कळ काही सुरू असतं.'' त्यानं सहजच सांगितलं.

''मग आता काय करायचं ठरवलं आहे?'' तिनंही सहज विचारलं, असं तिला वाटलं, त्याचं उत्तरही तिला माहीत होतं. तो म्हणेल, की ठरवायचं कसं? हे आजारपण... पण तो तसं काही म्हणाला नाही.

''या वेळी वाचायचं ठरवलं आहे. खूप...''

''पण तब्येत सांभाळूनच...'' तिच्यावरच ती जबाबदारी असावी असं ती म्हणाली, मुद्दामच.

''तब्येतीचं काय! वुई ऑल आर युज्ड टु ईट. ईट ईज जस्ट लाईक अ हेवी रेन इन द सीझन.'' तो म्हणाला. तेवढ्या बोलण्यातही धापा टाकत चढण चढून यावी तसा. तो निघून गेल्यावर ती काहीशी अस्वस्थ झाली. दोन वर्षांचं कार्तिकचं प्रदीर्घ आजारपण, टेस्ट, हॉस्पिटलच्या वाऱ्या, मधूनमधून ॲडमिट होणं... पोट दुखायचं सतत. अन्न पचायच्या तक्रारी. अन्नावरची वासनाच गेली. मग शेवटी फक्त भूकच उरली. भूक कसली! वखवख! चिडचिड! त्याच्या बुद्धीचा तो केविलवाणा पराजय, तो चमत्कारिक गंड... मरणाचा. मरणाचा की जगण्याचाच! किती म्हटलं तरी ऐकलं नाही. कशात मन गुंतवलं नाही. घराबाहेर पडला नाही.

विनीता नेहमी घरी यायची त्याच्याकडे. ती आली की त्या दोघांना एकांत मिळावा म्हणून सगळे उठायचे. तो तिच्यात गुंतलाय असं वाटायचं. त्याच्या दुखण्यातसुद्धा ती येऊन बसायची. दोन-दोन तास. घरी, हॉस्पिटलला; पण कार्तिक खूप कमी बोलायचा. स्वत:तच असायचा. एकदा विनीता आली असताना ती उठायला लागली, तेव्हा विनीता हळूच म्हणाली, ''तुम्ही थांबा नं! मला एकटीला बरं वाटत नाही. कार्तिक बोलतच नाही.''

कार्तिक गेल्यावर विनीता एकदा म्हणून गेली, की तो कधीच तिच्यात गुंतला नसावा, तो त्याच्या स्वत:तच अडकला... स्वत:च्या बुद्धीतच. बुद्धीत म्हणण्यापेक्षा स्वत:च्याच इमेजमध्ये.

तो मुलगा समोर उभा नव्हता, हे जयाच्या आता लक्षात आलं. तिचं डोकं अचानक दुखायला लागलं. टाळूवर. मग पूर्ण कपाळभर या टोकापासून त्या टोकापर्यंत तो ठणका पसरत गेला आणि मग दोन भिवयांच्या मध्ये ती ठणक आली. तिनं चिमटीनं डोकं दाबून धरलं. चष्म्याचा नंबर बदलला असला की दुखतं म्हणे असं डोकं... ती बाहेर झोपाळ्यावर येऊन बसली, तर आता या अवेळीही तो वास यायला लागला. केवड्याचा. पण हा वास उग्र, गडद, सहन न होणारा. डोकं त्यानंच दुखत असेल. स्वैपाकाला बाई आल्या. त्यांना ती म्हणाली, ''जरा कॉफी करता आलं घालून?''

''हं.'' त्या म्हणाल्या अदबीनं. त्या अदबीनं जया सुखावली. त्या कॉफी घेऊन आल्या. तिच्या हातात कप दिला. जयानं विचारलं,

''तुम्ही नाही घेतली?''

''घेतली घोटभर.''

''चांगली झालीय. डोकंच ठणकत होतं.''

''थंडीच आहे.'' बाई म्हणाल्या. रिकामा कप उचलून घेऊन गेल्या. 'त्या नव्या घरी बोलावलं आहे' हा निरोप आठवूनही तो तिनं मुद्दाम दिला नाही.

आता जयाला जाग आली ती प्रथम अलार्मनीच. अलार्म लावून उठणारा होता फक्त कार्तिक. कीर्ती तर सकाळी उठणारीच नाही. मग अलार्म झाला तो काय त्या घरातून? शक्यच नव्हतं. अलार्म इथंवर येऊन पोचण्याइतकं कमी अंतर नव्हतं. ती उठूनच बसली. कार्तिकचं अलार्मचं घड्याळही आता समोर नसतं. तेवढेच वाजलेले. पहाटे चारच्या आधीची वेळ! पुन्हा केवड्याचा वासही इतका जवळून, इतका गडद असा, की डोकं दुखायला लागलं. केवड्याचा तो गंध इतका दाट, इतका बटबटीत असा कधीच तर नव्हता! तो फार हळुवार होता. आता परवा आला तेव्हाही तसाच होता. हा मात्र एखाद्या स्वस्त अशा केवड्याच्या अत्तरासारखा, पानाचा तोबरा भरून रंगलेले ओठ, गळ्याशी मफलर, सिल्कचा भडक रंगाचा

कुडता घातलेले लोक वापरतात हे असलं अत्तर. हा गंध तो नव्हताच मुळी. याला गंधही म्हणता यायचं नाही. हा फक्त वास आहे. चांगला असला तरी उग्र. डोकं दुखतंय यानं. आता झोपून राहणं अशक्यच. जयानं शाल अंगावर पांघरली. पायमोजे घातले. सौमित्रचं पांघरूण सरकून त्याच्या अंगाखाली गेलं होतं. कुडकुडल्यासारखा तो अंगाची जुडी करून झोपलेला. तिनं स्वत:ची मऊ गुबगुबीत रजई त्याला पांघरली. त्याला कधी रजई नको असते. थंडीतही साधी चादर घेतो तो. तिलाही पूर्वी नसे लागत. पण कार्तिक गेला तेव्हापासून तिला रजईच लागायची. त्याशिवाय झोप नाही. त्या रजईचा पुन्हा थंडी असण्यानसण्याशी काही संबंध नाही. रजई पांघरली तसा सौमित्र झोपेतही चाळवला. गाढ झोपेतही त्यानं ती दूर केली. पण तो दुसऱ्या क्षणी गाढ झोपून गेला. जयानं समोरचं दार उघडलं. साडेचार होत होते. साडेपाचपर्यंत फिरून येता येईल. नाही तर फार घाई होते. समोर धुक्याचा दाट थर. काही दिसत नव्हतं. चष्म्याची काचही अंधुक झाली. चष्मा काढला तेव्हाच दिसू लागलं आणि या बाजूला केवड्याचा वास नव्हताच. मंद, उग्र– कसलाच नव्हता. पावणेपाच कसेबसे होऊ देऊन जयानं बाहेरचं फाटक उघडलं. ते दवानं ओलं झालं होतं. रस्त्याचे दिवे अजूनी रात्रीचाच पहारा देत होते. गुरख्याची शिटी तेवढी ऐकू आली. तो त्या रस्त्यावर असेल. चष्म्याची काच दवानं सारखी ओलसर होत होती. सरळ रस्त्यानं मागं किंवा पुढं न जाता तिनं घराला वळसा घातला. त्या नव्या घराच्या दिशेनं ती गेली. मधल्या जागेतून. ती जमीन खडबडीत होती. झुडपं मध्ये मध्ये उगवलेली. मध्येच दगडही होते. मध्येच बेवारशी गवताचे पुंजके. ते धड मैदान तरी कुठं होतं! ती एक ओबडधोबड जागाच होती... न घडलेली, न घडवलेली. त्यावर अद्याप काही उभंच राहायचं होतं. ती फक्त मधली एक वाट होती. तिच्या आणि त्या नव्या घरातली. त्यावर धड उजेडही नव्हता. स्वत:चं चालणं दिसण्यापुरता जो उजेड होता, तो त्या नव्या घरातला. आणि या पहाटवेळेच्या अंगभूत अशा मंद प्रकाशात तो मिसळत होता. ती त्या घराजवळ आली. तिथं तर त्या वासाचा उगमच असला पाहिजे, असं वाटलं, तरी तो वास नव्हता. गंध नाही आणि वासही नाही. ती थंडीतल्या पहाटेची शुद्ध निर्भेळ वेळ. आजी नेहमी बोलायची तो ब्राह्ममुहूर्त नुकताच संपला असेल. कमळं उगवली असतील नुकतीच. त्या तळ्यातल्यासारखी. कार्तिक गर्भात आला तो या ब्राह्ममुहूर्ताच्या वेळी. आजी त्या वेळी नव्हती. नाही तर तिला विचारलं असतं. ती म्हणायची, की दोन्ही वेळा माणसाला अज्ञात असतात– येण्याच्या आणि जाण्याच्या. समोर एक छोटासाच डांबरी रस्ता. फार लांबवर न नेणारा. जवळच कुठंतरी टोकावर जाऊन संपणारा. अद्याप रस्ता दवानं ओला होता. ब्राह्ममुहूर्ताला बिलगून असलेली ही वेळ. आजी

सांगायची. माणसाचं जगणं केव्हापासून बदलत गेलं असेल! या वेळेपासून दूर असं...!

जया परतली तेव्हा पावणेसहा होत होते. कीर्ती रात्री दिवा ठेवून झोपली होती. वाचता वाचता अंगावर पालथं पुस्तक. जयानं ते बाजूला ठेवलं. अभ्यासाचं नव्हतं. कीर्तीला कुठल्याही वर्षी अभ्यास नसतोच. आता एम.ए.च्या पहिल्या वर्षाला आहे. खूप बिनधास्त असते. कार्तिक असा नव्हता. टेबलावर तेच घड्याळ होतं. कार्तिकचं. पण त्याचा अलार्म बिघडलेला होता. ते आता फक्त वेळ दाखवत होतं. त्याची विशेषता संपली होती. पांघरूण तर कीर्ती ठेवतच नाही. पुन्हा वर थंडीतही तिला हलकासा पंखा लागतो. बंद केला की उठते. चिडते, झोपलेली कीर्ती किती सौमित्रसारखी दिसते! हनुवटी, नाक, कपाळ, गोरा रंग. हसली की एकदम सौमित्रचाच भास! कार्तिक वेगळा होता. त्या दोघांसारखाही नाही. थोडा तिचा भास होई त्याच्यात, पण तो एकदमच वेगळा. तिची आई म्हणाली होती, की तो तिच्या आजोबांसारखा म्हणजे आईच्या वडिलांसारखा... पावलांपासून– पसरट मोठ्या थोराड पावलांपासून सगळा त्यांच्यासारखा. वीस-बावीस वर्षांच्या मुलाचं इतकं असं थोराड पाऊल असतं! ओबडधोबडच की! उंची, बांधा रुंद, बळकट मनगट, जाडे ओठ, त्यातही खालचा जास्त जाड. डोळे मात्र मोठे, चांगले. काळा रंग. कुरळ्या पिंगट केसांचे टोपले डोक्यावर. चेहऱ्यावरच्या थोराड प्रगल्भ रेषांनी कोवळं वय पुसून टाकलेलं. काहीशी उग्र, वयाला न शोभणारी नजर. चेहऱ्यावरचे भावही तसेच. साध्या फोटोंतही ते कधी लपले नाहीत. सौमित्रचा आणि तिचा तो मुलगा, असं कधी वाटतच नसे.

कीर्तीच्या खोलीतला दिवा बंद करून ती बाहेर आली. हॉलमध्ये बसून राहिली. घरात आता कार्तिकचा एकही फोटो नाही समोर. हारबीर घालून पारंपरिक असा. आहेत ते सगळे अल्बममध्ये. अल्बमही काही समोर नसतो. मुद्दाम कार्तिकबद्दल काही बोलणं निघत नाही. निघालंच तरी त्यात सहजता असते. सगळे रंग फिकट झाले आहेत. ते सगळं घडून गेलेलं. त्या घडण्यातली अपरिहार्यता मात्र अवशेषांसारखी उरलेली. त्या सगळ्यांतला माणसाचा म्हणजे आता आपलाच सहभाग तेवढा जाणवतो. तोही दुरून बघावं असा. कधी गोंधळ होतोही. बाकी सगळं नेहमीसारखं.

धुकं आता विरलेलं, दूध, पेपर, रेडिओच्या बातम्या, अर्चना... 'आसनी, शयनी, भोजनी, गमनी छंद तुझा आम्हा' ही श्रीरामाची आळवणी... त्यातली अबोध अशी उत्कटता... आणि मग लगेच टीव्हीवर चित्र आणि संगीत. दिवसानं हळूहळू घेतलेला वेग... हे सगळे सुटे सुटे भाग एकमेकांत जोडण्याचा प्रयत्न करत दिवस उभा राहतो. आणि मग एकदा सुरू झालेला दिवस संपणं कठीण नसतं.

जया शाळेत गेली. गणिताचे सगळे तास नेहमीसारखे. पुष्कळ दिवसांत काही नवा असा प्रॉब्लेम आव्हान घेऊन समोर आला नाही. ती दहावी आणि अकरावी-बारावीला गणित शिकवते. चांगली शिकवणारी म्हणून तिचं नाव. तिचा हातखंडा विषय. तिनं शिकवलेले इंटिग्रल कॅलक्युलस... किती बॅचेस तिच्या हाताखालून गेल्या! आजकाल तर शाळेतही फारसं कुणी येत नाही. डिसेंबरपासूनच वर्ग ओस पडत जातात. ती घरी क्लास घेत होती, तेव्हा काही जाणवायचं नाही. इथं नाही तिथं कुठंतरी वर्ग भरलेला असायचा. आता मात्र कुठंतरी खटकतं, बोचतं. थंडीतली पानगळ व्हावी तसे हे वर्ग. ती शिकवतेही कुठं? तिच्यातलं मशिनच काम करत असेल, बटन दाबावं की प्रकाश. प्रॉब्लेम समोर आला की दोन बोटांच्या चिमटीत मावून जातो. एकदा एकच प्रॉब्लेम वेगळा असा आला. कार्तिक तेव्हा शाळेतून बाहेर पडला होता. इंजिनीअरिंगला ॲडमिशन घेतली होती. प्रॉब्लेम डोक्यात उतरला नाही. जणू मशिन नादुरुस्त झालं होतं. ती फार अस्वस्थ झाली होती. कार्तिकला विचारलं. त्यानं तो सोडवला. त्याची मेथड वेगळी होती. या तऱ्हेनं तिला नसतंच सुचलं, हे तिनं स्वतःशी मान्य करून टाकलं. क्षणभर आपल्या मुलापुढंच स्वतःला छोटं, क्षुद्र वाटून घेतलं.

तुला हे कसं सुचलं, असं विचारावंसं वाटूनही तिनं नाही विचारलं. मग कार्तिकच म्हणाला, ''तुलाही आलं नाही, तेव्हा थोडं वेगळ्या रस्त्यानं जाऊन पाहिलं...'' बोलतानाही तीच उग्र वाटणारी नजर आणि चेहऱ्यावरच्या गंभीर प्रगल्भ रेषा.

मध्ये जयाला तास नव्हता. ती स्टाफ रूममध्ये फिजिक्सच्या आचार्य सरांशी बोलत होती. आचार्य त्यांच्या तासावर गेले. ती बाहेर पाहत होती. थंडीतलं सौम्य निळं आभाळ. शाळेच्या आवारातली शांत दुपार. शाळेच्या लाल तांबड्या रंगाच्या भिंतीवरून उतरून आलेली. स्टाफ रूमच्या बाहेर वाजलेली पावलं. मध्येच बाहेरच्या वाहनांचा आवाज. करकचून दाबलेला ब्रेक आणि चक्क त्या सौम्य दिसणाऱ्या उन्हातूनच तो वास आला. केवड्याचा. त्याला गंध म्हणताच येत नव्हतं. गंधाची कुठलीही कोवळीक नव्हती त्यात. हा तर पहाटे खिडकीतून आला त्यापेक्षाही गडद. आजीकडं तर किती दाट केवडा! तिथं घमघमायचा तो किती वेगळा होता! हे काय सुरू आहे? आणि कशाला? ती गोंधळली. तिला घाम आला. हातांचे तळवे घामेजले. रुमालानं कपाळावरचा घाम पुसला. एकदा-दोनदा तिनं पंखा लावला. चांगला स्पीडमध्ये. स्वेटरची बटणं काढली. पायांतले मोजे काढले. बायोलॉजीची कल्पना बापट आली आणि तिनं पंख्याकडे पाहिलं. मग जयाकडे.

"पंखा हवा आहे?"

"जरा उकडलं..."

"उकडलं? तुला बरं आहे नं जया?"

"बरं आहे गं!"

"थंडी खूप पडली, नाही?" कल्पना म्हणाली.

"हो. यंदापासूनच."

"कल्पना, तुला केवड्याचा वास आवडतो?"

कल्पनानं तिच्याकडं पाहिलं. "म्हणजे अत्तर केवड्याचं! चांगलं असतं."

"अत्तर नाही, नुसता शुद्ध केवडा!"

"शुद्ध!" केवड्यात कसलं शुद्ध नि अशुद्ध? मी तर किती वर्षांत केवडा साधा पाहिलाही नाही." कल्पना म्हणाली.

"मला फार आवडतो केवड्याचा वास!..." बोलताना जया थांबली. कल्पनाला आपण इतकंच सांगू शकतो. त्या वासाची प्रत, जात, उग्र, गडद, सौम्य– काहीही तिला सांगता यायचं नाही. हा रस्ता अतिशय अरुंद आहे. तिच्याशिवाय तिथं कुणीही उभं राहू शकत नाही.

प्रिन्सिपॉलनी बोलावलं म्हणून जया गेली. सरस्वती प्रिन्सिपॉलच्या खुर्चीवर बसली होती. ती जयाच्या आधी दोन-तीन वर्षं शाळेत लागली. दोघींचं कॉलेजचं शिक्षण एकत्रच झालं. तशी दोघींची मैत्रीच होती. शाळेत पुन्हा एकत्र आल्या. कार्तिक हा खरं तर सरस्वतीचाच विद्यार्थी आवडता, लाडका. 'बुद्धीची ही जातच वेगळी' असं सरस्वती म्हणायची. बारावीला या शाळेतून बोर्डाचं पहिलं सगळं रेकॉर्ड मोडून प्रथम आला.

"बस, तुला मुद्दाम बोलावलं." सरस्वती म्हणाली. मध्येच चपराशी आला कुणाची चिठ्ठी घेऊन.

"थांबायला सांग." ती म्हणाली. मग पुन्हा एक-दोन फाईलवर सह्या. चपराशी गेल्यावर सरस्वती म्हणाली, "कशी आहेस?"

"ठीकच तर..."

"मी पुढच्या वर्षी रिटायर होते आहे."

सरस्वती थांबली. जयानं तिच्या बोलण्याची वाट पाहिली.

"कार्तिकच्या नावानं काही बक्षीस ठेवायचं आहे बोर्डात प्रथम येणाऱ्याकरिता. मी रिटायर होण्यापूर्वी..."

कार्तिक जाऊन तीन वर्षं झाल्यावर?... जयाला वाटलं. ती काही बोलली नाही. सौमित्रचा फोन होता. ते गणिताकरताच म्हणत होते. पण मला वाटलं...

"सौमित्रचा फोन!" जया बाहेर बघत होती. सरस्वतीच्या मागच्या खिडकीतून बाहेर. अशोकाच्या झाडांवरचं आभाळ... थंडीतलं सौम्यसं ऊन...

"जया..." सरस्वती म्हणाली. जया ऐकत होती की नाही? जयानं नजर आत घेतली.

"हो. सौमित्र येऊन गेला ना?"

"त्याचा फोन होता गं." सरस्वती म्हणाली.

....काय फरक आहे दोन्हीत? फोनवर बोलायचं काय आणि भेटायचं काय!

"तुझ्याशी तर बोलले असतीलच."

"अजून नाही." ती म्हणाली.

"म्हणजे तुला काही माहीतच नाही?" सरस्वती जरा गोंधळली. दोघं एकमेकांशी का बोलली नाहीत? सौमित्र एकट्याचंच स्वत:चंच प्रपोजल असावं असं का बोलले?

...जया काहीच बोलली नाही. म्हणून मग सरस्वतीनं विचारलं, "तुला पटलं नाही का जया?" सरस्वतीनं जिव्हाळ्यानं विचारलं. हळुवारपणे, जपून, जयाला दुखवू नाही या बेतानं. जया आता टेबलावरच्या पेपरवेटकडे पाहू लागली. सरस्वतीचा पेपरवेटशी काही चाळा सुरू होता निर्हेतुक. कार्तिकच्या नावानं बक्षीस! आता? सरस्वती रिटायर होतेय म्हणून? महत्त्वाचं काय आहे? तिचं रिटायर होणं की कार्तिक? त्याच्या नावानं बक्षीस म्हणजे काय? कार्तिकला असं नावात बंद करून टाकायचं? त्याचा पुतळा बनवायचा? निर्जीव! कुणीतरी तर पहिला येत राहीलच, आणि कार्तिकचा मात्र स्टॅच्यू झालेला असेल, चौकाचौकात असे कितीतरी असतात!

सरस्वतीनं पुन्हा काही विचारलं, तेव्हा ती म्हणाली, "तुम्ही ठरवलं आहे ना? मग ते ठीकच असेल, पैसेही सौमित्रच देणार आहे ना?"

"हो." सरस्वती म्हणाली.

पण सरस्वतीनं तिची इच्छा का म्हणावं? असं सौमित्रच्या आड का लपते ती? माणसं खरं का वागत नाहीत?

"येऊ मग मी?" जया म्हणाली.

"हो. घरी ये नं जया. किती दिवसांत आली नाहीस! की जेवायलाच येतेस?"

"बघू. ठरवू तसं कधीतरी." ती मोघमच म्हणाली. तिच्या खुर्चीचा मान ठेवत.

स्वैपाकाच्या बाईनं मग एक दिवस त्या नव्या घरातला निरोप आणला. जयाला उद्या दुपारी चार ते सहाच्या दरम्यान बोलावलं होतं. जयानं काहीसं अविश्वासानं त्यांच्याकडे पाहिलं. हा निरोप त्यांच्याकडून कसा?

"तुमची ओळख आहे त्यांच्याशी?" तिनं विचारलं.

"ओळख कुठली हो! पोळ्या करायला जाते!"

"केव्हापासून?" तिनं जड आवाजात विचारलं.

"झाले पंधरा दिवस."

"पंधरा दिवस? निरोप कुणी सांगितला?"

"निरोप?" त्यांना समजेना, तिच्या बाई हे काय विचारत होत्या.

"मीच गेली होती विचारायला. म्हटलं नवीन माणसं आलीयत. मिळून जाईल काम तर...."

"कशाला हवीत जास्तीची कामं? दगदग उगीच! होतं कुठं तुमच्याच्यानं? मग इथं उशीर कराल. आताच पगार वाढवून दिला..." जया काहीशी रागानं म्हणाली.

तिचा तो अकारण घुस्सा बाईंना एकदम नवीन होता. बाई अशा तर कधीच नव्हत्या. मुलगा गेला एवढा, तेव्हाही कधी चिडचिड नाही. आठ वर्षांचं हे जुनं घर त्यांचं. दोन्ही वेळच्या स्वैपाकाचं. बाकी ठिकाणी नुसत्या पोळ्याच होत्या. जयाचा राग न कळल्यानं त्या नुसत्या उभ्याच राहिल्या.

"पगार किती ठरला?" जयाच्या याही प्रश्नाचं बाईंना आश्चर्य वाटलं. ती अशा चौकश्या तर कधीच नव्हती करत.

"द-दीडशे, पोळ्या कमी असतात."

बाई बिचाऱ्या उभ्याच होत्या. जयाचं बोलून व्हायची वाट पाहत. ती बोलली नाही, तेव्हा आत जायला लागल्या.

"मेथी ठेवली आहे निवडून. पीठ लावून करायची. पीठ नेहमी जास्त होतं तुमचं आणि आंबट लावा काहीतरी. लक्ष नाही आजकाल तुमचं. साहेब कुरकुर करत होते..."

बाईंचा चेहरा खर्रकन उतरला. त्या खालमानेनं स्वैपाकघरात गेल्या. जया नेहमीसारखी पाळण्यावर बसली– पायानं रेटा देत. तशी थंडी होती; पण या वेळी घरात बरं वाटत नाही. नळाचे, भांड्यांचे आवाज येत राहिले. मध्येच फोडणीचाही वास आला. मेथीच्या भाजीच्या कडसर, छानसा. कढईतली नुकतीच झालेली भाजी आणि दोन गरम फुलके खाऊन घ्यावेत, असं वाटलं. बाई ही भाजी मस्तच करतात. लसणीची फोडणी घालून. चव आहे हाताला.

त्या नव्या घरी जया गेली. पाच-साडेपाचमध्ये. मधल्याच जागेतून गेली. हा रस्ता ती सोडून कुणी वापरतच नसेल, असं वाटलं... दार उघडं होतं. वास्तुशांतीला लावलेलं आंब्याचं हिरवं तोरण वाळलेलं होतं. ते न काढता त्यावरच प्लॉस्टिकचं

तोरण लावलेलं. हवेच्या लहानशा झोक्यानं त्या तोरणाची वाळलेली पानं वाजली. जयानं उगाचच एका पानाला हात लावला, तर त्याचा चुराच हाती आला.

"या, या नं." समोर असलेल्या बाई म्हणाल्या. सौजन्यानं. मोठा हॉल होता. घरावर सगळ्या नवेपणाच्या खुणा. सारं चकचकीत. पण बाई फार साध्या होत्या. ती बसलीच होती, तरी त्या म्हणाल्या, "बसा नं चांगलं टेकून आरामात." मग ती उगाचच सरकून बसली. मग एक वयस्क बाई आली. बसली. तीही जयाला 'बसा' म्हणाली.

सत्तरीच्या आसपास. पांढरे केस, चष्मा. त्या घरातल्या आजी असाव्यात.

"मीच आले का लवकर?" जयानं विचारलं.

"तुम्ही आमच्या शेजारी. लवकर यायला हवंच." आजी म्हणाल्या. अगत्यानं, जिव्हाळ्यानं.

"बहुतेक कॉलनीतलेच लोक सांगितलेत. वास्तुशांतीला सगळ्यांना बोलावणं नाही जमलं."

"हो."

"तुम्ही शाळेत आहात नं?" त्यांनी विचारलं.

"हो."

"बाईंकडून सगळं समजतं!"

बाई? त्या तर मुखदुर्बळ! जेवढ्यास तेवढं बोलणार! इथं येऊन मात्र....

"तशा त्या चांगल्या आहेत. आज मी सगळं त्यांच्याकडूनच करून घेतलं."

सगळं... म्हणजे काय बोलल्या असतील बाई?

आपल्याबद्दल वेगळं काय आहे आता सांगण्याजोगं...?

मग अजून एक-दोघी आल्या आजूबाजूच्याच राहणाऱ्या. एक-दोघी नवीनही होत्या. फराळाचं आलं, ताजं, गरम, चवदार. मोजकेच पदार्थ, चटणी, गरम कॉफी सुंठ घालून आणि शेवटी तिळगूळ, सुपारी, अत्तर. अत्तर चांगलं होतं. मनगटावर लावलेलं तिनं दुसऱ्या मनगटावर चोळलं. वास अधिकच दरवळला.

"छान आहे. केवडा का?" ती म्हणाली.

"केवडा वाटतो का? असेल. अभीननी आणून दिलं."

अभीन का नाव? छान आहे. वेगळं वाटतं. पण आपला टच नाही वाटत. तिच्या मनानं नोंद घेतली. आलेल्या उठल्याही; ती मात्र रेंगाळली. त्यांनाही त्याचं काही वाटलं नाही. ती जवळच राहत होती.

"अभीन... तो नेहमी आजारी असतो का?" तिनं मुद्दाम विचारलं... मघापासून घोळत असलेलं.

"तसा आजारी नाही, पण अस्थमा आहे. थंडीत बळावतो."

"फारच अशक्त वाटतो पण!"

"म्हणून तर या वर्षी थांबलो. मध्ये प्लुरसीही झाली होती. अशक्त फार झाला होता. पुन्हा इंजिनिअरिंगची लाइन."

बोलण्यात कुठंच कसली खंत नाही. ओशाळेपण नाही. असं मध्येच थांबणं सोपं थोडीच असतं? त्याचा साधा आपल्याच मनातला उच्चारही केवढा कठीण होऊन बसतो! जयानं बाहेर पाहिलं. नवे, नव्या झिलईचे पडदे वाऱ्यानं हलत होते. बाहेरचं सुबक लॉन तयारच आणून लावलेलं. त्यावर ते मावळतं ऊन, गारसं वारं आणि लवकर संपणारा लहानसा दिवस. इथून पुढं दिवस मोठा होत जाईल. अशी थंडी संपल्यानंतरच पुढे कार्तिकचं आजारपण सुरू झालं. या लोकांना अद्याप कार्तिक माहीत नाही. बाई थोडं बोलल्या असतील; पण तेवढ्यावरून काय कळेल? तो कसा होता, हे कळणार नाही. अभीनमध्ये आणि त्याच्यात एक पुसटसं साम्य तेवढं आहे.

तिचं डोकं दुखायला लागलं. गार हवेनं असेल. ती येतच होती पडदे बाजूला करून. पण केवड्याचा वास यायला लागला. हळूहळू उग्र होत गेला. तिनं डोकं चिमटीत दाबून धरलं. कुणी पाहील म्हणून लगेच ती सावध झाली.

"केवडा लावला का तुमच्याकडे?" तिनं विचारलं.

"केवडा? नाही तर! का हो?" अभीनच्या आईनं तिच्या चेहऱ्याकडे पाहिलं. "बरं नाही का तुम्हाला?"

"नाही बरं आहे." ती म्हणाली. अभीनची आई तिची आणि कुणाकुणाशी ओळख करून देत होती; पण ती घाईघाईनं निघालीच. बाहेर पडल्यावर काही ओळखीचे जुने परिचित शब्द कानावर पडले. विनीता, वरूण... तिनं दुर्लक्ष केलं. असतात सारखी नावं, सारखे संदर्भ. कदाचित सारखेही नाही, तेच असू शकतील. पण त्यांचा आता आपल्याशी काही संबंध उरलेला नाही. पण तरीही वाटत राहील, की ते लोक तिच्याचबद्दल बोलताहेत. ती घाईघाईनं निघाली. त्याच मधल्या जागेतून. तो उग्र वास मागून येतोयसं वाटलं. तिनं झपाझप पावलं उचलली. घराच्या फाटकापाशी पोचल्यावर तिला बरं वाटलं...

आज बाईसुद्धा यायला वेळ लागला. नेहमीची त्यांची वेळ टळून गेली. तिला राग यायला लागला. त्या आता येणारच नाहीत हे पक्कं वाटलं. उद्या आल्या तर त्यांना चांगलं सुनवायचं तिनं ठरवलं... आणि त्या दिसल्या. फाटकात. त्यांनी फाटक उघडलं. त्या नवीन साडी नेसल्या होत्या. तोंडात मसाला सुपारी, गजरा लावलेला, मनगटाला अत्तर. त्यांची साडीही तशीच होती का भडक? तिचं डोकं दुखायला लागलं. तिनं कपाळ दाबलं.

"डोकं दुखतं? हवेवर नका बसू." बाई जिव्हाळ्यानं म्हणाल्या. पण तिला ते

अकारण सलगीचं वाटलं.

"जरा उशीर झाला. आता करते सगळं. काय करायचं?" बाई अदबीनं म्हणाल्या. मग तिच्या लक्षात आलं, की सौमित्र जेवायला नव्हता. नवी असाईनमेंट होती. तिलाही भूक नव्हती. कीर्तीपुरतं होतंच सकाळचं. तिनं सांगितलं, तसं बाई परत जायला लागल्या. जाता जाता थबकल्या. त्यांनी विचारलं,

"कसं झालं होतं सगळं? मीच केलं कॉफीपासून सगळं!"

"बरं झालं होतं." ती म्हणाली. तिला त्यांना पूर्ण चांगलं म्हणता येईना. खरं तर त्या बाई काही तिचं लक्ष्य नव्हत्याच. चुकलेला नेम मध्येच आलेल्या माणसाला लागावा तसं होत होतं.

संध्याकाळी जया कीर्तीच्या खोलीत डोकावली. ती पलंगावर पाय पसरून पालथी पडून वाचत होती. टेपरेकॉर्डरवर कॅसेटही सुरू होती. कुठलं तरी अनोळखी हिंदी गाणं होतं. जया कीर्तीजवळ जाऊन उभी राह्यली. तिच्या टेबलावरचा पसारा कार्तिकपेक्षा वेगळा. आईला जवळ पाहून कीर्तीनं पुस्तक मिटलं.

"काय गं? आज या वेळी घरी कशी?"

"काही नाही. वाचते आहे." जया म्हणाली.

"काय वाचतेस...?"

"कादंबरी. रेझर्स एज."

"चांगली आहे? कुणाची?"

"हो, आवडली मला. मॉमची आहे."

"लायब्ररीतून आणली?"

"अभीननं दिली मला."

"मिळाली का लायब्ररी त्याला?"

"माहिती नाही. ही त्याचीच आहे."

"वाचली पाहिजे." जया म्हणाली. पण तिलाच ठाऊक होतं, की ती वाचणार नाही.

"तू कॅसेटही सुरू ठेवलीस. वाचताना डिस्टर्ब नाही होत?"

कार्तिकला दोन्ही गोष्टी एकदम जमत नव्हत्या. एका वेळी एकच.

"उलट जास्त चांगलं वाचता येतं." कीर्ती हसून म्हणाली.

"बस नं." कीर्ती आईला म्हणाली. जया बसली. खोलीत नुसता पसारा. सगळी दाणादाण. आवरायला गेलं, तर कुठून सुरुवात करायची कळत नसे. कार्तिक मात्र व्यवस्थित. जयाला हसू आलं.

"का हसलीस?"

"तुझा पसारा पाहून. राहावंसं कसं वाटतं या पसाऱ्यात?"

"तू एकदा त्या अभीनची खोली ये पाहून.''

"टिपटॉप ठेवली असेल.'' जया म्हणाली. यावर कीर्ती हसायला लागली.

"मी बरी, असं वाटेल तुला.''

"कार्तिक किती व्यवस्थित होता पण!...'' ती म्हणाली, तेव्हा कीर्ती एकदम म्हणून गेली अगदी सहजच—

"पण तुलना माझी आणि अभीनची सुरू आहे.''

जया हसली. अभीन सतार वाजवत होता, ती ऐकू येत होती.

"कुठल्याही वेळेला कसा वाजवतो हा? केव्हाही ऐकू येतं.'' जया म्हणाली.

"थंडीमुळे घरीच असतो!'' कीर्ती म्हणाली.

"रोज मी त्याला बाहेर पाहते पण संध्याकाळी.''

"आज त्याला बरं नाही जरा.'' कीर्ती म्हणाली.

"भेटला होता तुला?''

"मी गेले होते नं!'' कीर्ती म्हणाली.

"कशाला?'' तिनं विचारलं. तिचा प्रश्न कीर्तीला आवडला नाही, हे स्पष्ट दिसलं जयाला. मग तिला अस्पष्टपणे वाटलं, की अभीन बाहेर गेला नाही म्हणून तर कीर्ती या वेळी घरी थांबलेली नाही? मनात आलेला विचार तिला मुळीच थांबवता येईना.

जया घरी आली तो फाटकाशीच कीर्तीच्या खळखळून हसण्याचा आवाज आणि दुसरा बोलण्याचा आवाज... त्याचा– अभीनचा. दोघंही समोर हॉलमध्येच बसलेली. ती त्यांच्याकडे पाहून हसली आणि आत गेली. अभीन त्याच्या कॉलेजच्या काही गमती, प्रोफेसरांचे किस्से सांगत होता. रंगवून. त्यांना चहा-खाणं विचारायच्या निमित्ताने जया उगीचच दोनदा गेली. त्यांना काही नको होतं. रिकामे दोन कप पडले होते. झाला असेल त्यांचा. कीर्तीनं तर जयाकडे विशेष लक्ष दिलं नाहीच; पण तोही फक्त पाहून हसला. ती मग उगाचच तिथं बसली. तिला काही त्या गप्पांत रस वाटेना. मग ती मध्ये मध्ये काही काही बोलत राहिली. थोड्या वेळानं अभीन गेलाही. तयार होऊन कीर्तीही जायला लागली, तेव्हा तिनं मुद्दामच विचारलं, "कुठं जातेस?''

"बॅडमिंटन...''

"आज अभीनही येतो आहे?''

"नाही.'' ती म्हणाली.

"मला वाटलं तुम्ही दोघं जाताहात.''

कीर्ती गेली. तिला काय वाटत होतं, याकरिता कीर्ती थांबलीच नाही. कीर्तीनं

फाटकही उघडं टाकलं होतं. जयानं ते लावलं. पूर्वी कीर्तीच्या मैत्रिणीचा जमघट्टा घरी असायचा. कार्तिकच्या आजारपणापासून तो कमी झाला. आता तर मैत्रिणी आणतच नाही. ती घरी एकटी एकटी असते.

रात्री जयानं उश्याकडची खिडकी उघडली. आज वरच्या खोल्यांतून अंधारच होता. खालीही फक्त आवारातला एक दिवा लावून ठेवला होता. कुठं बाहेर गेले असतील. ती खिडकीशी थोडा वेळ उभी राहिली. आता तेवढी काही थंडी नव्हती. थंडीचा भर ओसरत होता. चावणारं गार वारंही नव्हतं. भुरभुर शिंपडल्यासारखी थंडी सुखावतच होती. तरीही तो वास आलाच... उग्र, आक्रमक, चाल करून अंगावर धावून यावा तसा. हॉलमध्ये सौमित्र टीव्ही पाहत होता. कीर्तीही तिथंच बसली होती. ती एकटी मात्र इथं खिडकीशी. तो उग्र वास अंगावर घेत. तिनं खिडकी बंद केली. खिडकी बंद करून काय होईल? आपण पाहिलं नाही म्हणून काय झालं? खिडकीबाहेरचं तर सगळं तसंच असेल. एखाद्याच पक्ष्याचा पंख बांधून ठेवला म्हणून सगळं उडणं थोडं थांबेल? खळ्ळ आवाज झाला. बल्ब फुटला असेल, दगड मारला असेल कुणी टारगट मुलानं खिडकीच्या काचांतून. आता बाहेर संपूर्ण अंधार पडला. तो त्यांच्या आवारातलाच बल्ब फुटला असेल. तिनं हळूच खिडकी किलकिली केली. खरंच तो बल्ब फुटला होता. त्या घरात आता अंधाराशिवाय काही नव्हतं. तरीही तो वास होताच. जयाला वाटलं, की आपल्या आत तळात काहीतरी आहे, अनाघ्रात असं. आणि दुसरं काहीतरी आपल्याला त्यापासून दूर खेचतं आहे. ते काय असेल? काय?

जया सौमित्रच्या ऑफिसमध्ये आली. तिला पाहून त्याला आश्चर्य वाटलं.

“कशी आलीस?” त्यानं विचारलं.

“अगदी सहज.”

सौमित्र हसला. तू काही सहज येणारी नाही, अशासारखं.

“खरंच, सहजच आले.” ती म्हणाली.

तिनं त्याच्याकडे पाहिलं. सौमित्र तसा कामात होता. त्याचं बरं सुरू होतं. या मेन रोडवरच्या दोन खोल्या, चांगल्या पॉश सजवलेल्या. जयानंच सगळं करायला लावलं. जागा पाहून दिली, पैसे भरले. थोडं फर्निचर घ्यायला लावलं. फोन घेतला. ड्राफ्टिंग टेबल आणलं. मग त्यानंही मन घातलं. काही चांगली आर्किटेक्चरची मॉडेल, काही परस्पेक्टिव्हज... सुरुवातीला नुसतं बसावं लागलं. आता त्याच्याकडे वेळ नसतो म्हणतो, तरी रात्री लवकर झोप लागत नाही त्याला. कार्तिकचं जाणं सहन करण्याचे दोघांचे दोन वेगवेगळे रस्ते... मध्येच कुणी लोक आले. त्यांच्याशी सौमित्र चांगला रुबाबदार बोलला. चहा मागवला. ती बाजूलाच बसली होती. म्हणून

तिलाही दिला गेला. ते लोक गेल्यावर तो म्हणाला,

"सॉरी."

"सॉरी कशाचं? तुझं चांगलं सुरू आहे. बरं वाटतं."

"कसचं चांगलं गं! पाटी लावूनच बसलो, तर लोक येतात. नवं काहीही सुचत नाही."

"सुचेल."

"मला नाही वाटत. नवं काही सुचण्याची प्रक्रियाच बंद झाली असेल तर..."

"असं होणार नाही. बघ तू..."

"कार्तिक आजारी होता तेव्हाही त्याला तू असंच म्हणायचीस! तू पूर्ण बरा होशील. बघ तू." तो एकदम म्हणाला. सहजच असं. टेबलावर बोट वाजवत. दोघांमध्ये कार्तिकचा विषय असा या तऱ्हेनं कधीही येत नसे. ती बोलली नाही. काही गोष्टी हातात असतात. काही नसतातच. ही निवड नाही आपली. पण जे हाती आहे ते... कार्तिकबद्दलचं एकच दु:ख, पण दोघांनी मिळून नाही सहन केलं. सरस्वतीला त्यानं परस्परच फोन केला. पैसे देणारा तोच होता, पण तिला विचारता आलंच असतं. जया समोरच्या वेगात असलेल्या रस्त्याकडे पाहायला लागली. या वर्षात या रस्त्यावरची वर्दळ फारच वाढली. तो पलीकडला चौक तर... सौमित्र खुर्चीत रेलून बसला. वरचं पांढरं सिलिंग– त्यावरचा पंखा..

"येते मी. उशीर होईल नं तुला?"

"असंच काही नाही. येऊ शकतो लवकरही." तो म्हणाला. काहीसा बेफिकीरपणे. त्याच्या लवकर घरी जाण्याशी त्याचाच काही संबंध नसावा असं. जयानं जाता जाता विचारलं एकदम आठवून,

"हो! एखादी चांगली लायब्ररी माहीत आहे? इंग्रजी पुस्तकांची?" त्यानं तिच्याकडं आश्चर्यानं पाहिलं. "कुणाला हवी आहे?"

तिला तर नक्कीच नको होती.

"असंच सहज विचारलं. पूर्वी तू वाचायचास..."

"मी बहुतेक विकतच घेत होतो. असतीलही ती पुस्तकं अजून." सौमित्र म्हणाला.

वर ठेवलेल्या एका जुन्या सुटकेसमध्ये जयाला ती पुस्तक दिसली. पूर्वी कधी सौमित्र वाचायचा ती. सूटकेस काढायला ती खुर्चीवर चढली. खुर्ची खालून कुणी धरायला हवी होती; पण कुणी घरी नव्हतं हे एक आणि ती पुस्तकं काढायला अशी खुर्चीवर चढली आहे, हे कुणाला समजायलाही नको होतं. तिनं ती सूटकेस कशीबशी काढली. स्वत:चा तोल सांभाळताना मात्र हातून ती सुटली. झाकण उघडं

राहून गेलं असावं. सगळी पुस्तकं खाली विखुरली. काहींचं बाइंडिंग निखळलेलं, तर काहींना ते नव्हतंच. काहींची सुरुवातीची, शेवटची, तर काहींची मधलीही पानं काढलेली. फाटल्यानं कुठं पुस्तकाचं नाव कळत होतं, तर लेखकाचं कळत नव्हतं. पूर्ण स्वरूपात जी पुस्तकं होती तीही धड नव्हती. त्याला, त्या अभीनला कोणतं नेऊन द्यावं? तिला तर पुस्तकांची नावंही अपरिचित. फाटक वाजलं तेव्हा तिनं घाईघाईनं पुस्तकं भरली. बॅग पलंगाखाली सरकवून दिली. दोन-तीन जी चांगल्या अवस्थेतली वाटली ती वर ठेवली. बाहेर येऊन पाहिलं तर कुणीच नाही. वाऱ्यानंच हललं का मग फाटक? एक मोठी खार फाटकावरून खाली उतरत होती. तिच्या शेपटीचा झुपका... जयाला हसायला आलं. काढलेली ती पुस्तकं तिनं उघडली. पुस्तकाची पानं पिवळी पडलेली... मधली फाटलेली. काही पानं सेलोटेपनं सांधलेली. घरी कुणी नव्हतं. कुणी येईतो वाट पाहावीच लागेल. कीर्ती आल्यावर तिला खायला देऊन तिनं हळूच विचारून घेतलं, की ती नक्की बॅडमिंटन खेळायला जाते की नाही ते. ती जाणार होती. मग जया तिला घाईघाईनं म्हणाली,

"वेळ आहे नं तुला जायला! मी येते आत्ता."

कीर्तीनंही 'कुठं' वगैरे विचारलं नाही. ती पुस्तकं कीर्तीपासून लपवूनच जया गेली. आपण उगीचच चोरट्यासारखं का काही करतो आहोत, हेही तिला जाणवून थोडं ओशाळवाणं वाटलंही. ती घाईघाईनं गेली त्या मधल्या रस्त्यानंच. दार उघडलं ते अभीननंच.

"अरे! या, या नं." तो म्हणाला. त्याच्या अंगातला पूर्ण बाह्यांचा स्वेटर, मफलर, मोजे वगैरे निघाले होते. थंडीचे शेवटले उरलेसुरले अंश होते. एक साधा अर्ध्या बाह्यांचा स्वेटर. त्यानं तो जास्तच रोड वाटला. पूर्ण बाह्यांच्या स्वेटरनं थोडा भरलेला तरी वाटायचा.

"कुठं गेली सगळी?"

"जेवायला माझ्या मावशीकडे."

"तू नाही गेलास?"

"नाही. मला खाण्याचं पुष्कळ पथ्य असतं. मी कुठं जेवायला जात नाही."

"काय होतं?"

"खोकला असतो नेहमी."

"थंडी नसली तरी?"

"माझ्या खोकल्याचा संबंध थंडीशी नाही." तो म्हणाला.

"औषधं नाहीत का?"

"औषधं असतातच." तो म्हणाला.

"तुझ्याकरता पुस्तकं आणलीत. ही बघ."

त्यानं पुस्तकं पाहिली. ''चांगलीच आहेत.'' तो म्हणाला.

''वाचली आहेत?''

''हे नाही वाचलं; पण या लेखकाचं एक पुस्तक मी वाचलं आहे...'' तो थांबला. त्यानं आठवण करून पाहिली, पण त्या पुस्तकाचं नाव आठवेना... ''पाहा... युद्धाच्या... दुसऱ्या महायुद्धाच्या पार्श्वभूमीवरील कथा आहे...'' तो आठवणींना ताण देऊ पाहत होता. त्या पुस्तकाचं नाव आठवत नाही म्हणून अस्वस्थ होत होता. आणि तिला कळलं, की आपण एकदम कोरे आहोत. लिहून पुसलेल्या पाटीचं हे कोरेपण नाही. हे तर मूलभूत कोरेपण. ती मधली खबदाड जमीन जशी कोरी होती तसं. तिथं होतं ते दगड-माती, बेवारशी झुडुपं. गवताचे अर्धवट पुंजके, एखादं सरपटणारं जनावरसुद्धा दबा धरून बसलेलं असू शकतंच! वस्तीच्या खुणा न खोदलेली ती जागा... तिनं दीर्घ श्वास घेतला. तो अजूनही पुस्तक घेऊन उभा होता.

''ये घरी एकदा. पेटी भरून पुस्तकं आहेत. ओल्ड क्लासिक्स. तू म्हणालास ते. बघून घे.''

''आता तितका वेळ मिळणार नाही पण. अभ्यास सुरू करतो हळूहळू.''

''तू वर्षभर म्हणालास ना.''

''वर्ष होईलच आता.'' तो म्हणाला.

ती गोंधळली. त्याचं वर्ष संपेलच. संपतच आलं म्हणायचं. आपलं मात्र सुरू झालं आहे...

''वाचून झाली की परत करतो.'' तो म्हणाला.

''सावकाश वाच. घाई कसली? घरी पडून होती ती तुझ्याजवळ राहतील.'' ती म्हणाली. हॉलच्या खिडकीवरून बोगनवेलीच्या फांद्या आडव्या आलेल्या. त्या दिवशी आली होती तेव्हा पडद्यांमुळे नसेल दिसलं. कार्तिकची दोन वर्षं म्हणजे प्रदीर्घ कारावास, त्याचा आणि या चौघांचाही... ती, कीर्ती, सौमित्र आणि विनीतासुद्धा... कार्तिकच्या खोलीच्या खिडकीशी अशाच बोगनवेलीच्या फांद्या... दाट, फुलांचा रंग गडद. खिडकीवरून वर गेलेला त्याचा विस्तार. एक दिवस ती शाळेतून परतली तर कार्तिकनं ती पूर्ण वेल माळ्याकडून छाटूनच टाकलेली. गरमी होते म्हणून. औषधांची गरमी असेल. ती कळवळली. ती वेल फक्त बाजूलाही नेता आली असती. कापून टाकायची काय गरज?...

''येते मी.'' ती म्हणाली. आता त्या मधल्या जागेवरून जाताना पुन्हा तो पाठलाग– त्या केवड्याचा तो वासच. तसलाच भडक गडद, डोक्यावर येणारा. परिमल नाही, दरवळ नाही. ते सगळे पुस्तकातले शब्द... सजवलेले, झूल चढवलेले. हा तर वेगळाच वास! अपरिचित, गुदमरून टाकणारा. मध्ये त्या बेवारशी झुडुपांतून काही सळसळलं असा भास. तिनं जीव खाऊन वेगानं पावलं

उचलली. जमीनही सरळ नव्हती.

आता थंडी पूर्ण संपलीच. फेब्रुवारीची अखेर. ऊन दुपारचं चांगलं जाणवत होतं. पंखा सतत लागत होता. पहाटेलाच थोडं थंड वाटायचं. मध्येच एक वादळी पाऊस येऊन गेला. ती थंडीही सुखदच होती. अभीन आता जाता-येता दिसायचा. पायी, स्कूटर, लूना कसंही. त्याच्या अंगातला अर्ध्या बाह्यांचा स्वेटर जाऊन त्या जागी एक साधं सुती जाकीट आलं. त्याला जयानं ती दोन पुस्तकं वाचायला देऊनही बरेच दिवस झाले, तरी ते कधी आपणहून त्याबद्दल बोलला नाही. चांगली आहेत, नाहीत; आवडली किंवा वाचायची राहिली... काही नाही. अजिबात उल्लेखच नाही. जशी तिनं खुर्चीवर चढून ती पुस्तकं एवढ्या कष्टानं त्याच्याकरताच काढलीच नव्हती. अजूनही ती पेटी पलंगाखालीच आहे. वर चढवली नाही ती त्याच्याचकरता. तो येईल; घेईल म्हणून. तो येत नव्हता, आला नव्हता. असंही नव्हतं. तो कीर्तीकडे येत होता. ते तिला फारसं आवडतही नव्हतं. जया घरी असली तर तो तिच्याशीही बोलायचा थांबून; पण एकदाही त्यानं त्या पुस्तकांचा साधा उल्लेखही करू नये?...

त्याला बरं नाही कळलं, तेव्हा ती भेटायला गेली. तो माडीवर होता. सगळे वर होते. खाली फक्त त्याची आजी होती. ताप बराच होता. कपाळावर पट्ट्या ठेवणं सुरू होते. तापाच्या ग्लानीतच होता, तरी तिच्याकडे पाहून हसला.

"बराच आहे ताप?"

"हो."

"कसला?"

"वाटलं, साधा व्हायरल फीव्हर असेल; पण न्यूमोनिया म्हणतात डॉक्टर."

"या दिवसांत? थंडी नाही काही नाही." ती म्हणाली. फक्त उत्सुकतेनं. बाकी त्याच्या आजारी असण्याशी तिचा कुठे काय संबंध होता? अतृप्त वेलीच्या मुळाशी पाणी जावं तसं त्याचं ते आजारपण. तिच्या लेखी.

"परवाच वादळी पाऊस झाला. कुठं बाहेर गेला होता, त्यात सापडला. ओला झाला. सहन तर काही होत नाही. उश्याकडची खिडकीही उघडी राहून गेली." अभीनची आई म्हणाली. त्याचे वडीलही त्याबद्दलच काही बोलले.

"पाहा नं. किती लहान वय आहे!" ती म्हणाली. पण सहज नाही. अगदी काचेवरच नेम नव्हता धरायचा तिला, तरीही.... तिचं ते बोलणं कुणाला आवडलं नसेल किंवा महत्त्वाचंही वाटलं नसेल कदाचित! अशा बघ्यांची त्यांना सवयही झाली असेल... तिला वाटलं आणि ती स्वत:शीच दचकली. म्हणजे आपण फक्त बघे! ती थोडी अस्वस्थ झाली. मग वाटलं, की काय हरकत आहे? कार्तिक आजारी होता तेव्हा नव्हते का असे लोक? मग प्रयत्न करूनही जयाला त्याच्या प्रकृतीशिवाय

दुसरं काही बोलता येईना. खालून कॉफी घेऊन आजी आल्या. जिना चढल्यानं त्यांना थोडा दम लागला होता. अभीनच्या आईनं त्यांच्या हातातला ट्रे घेतला.

"आवाज द्यायचा." त्या जिव्हाळ्यानं म्हणाल्या.

"वर येतच होते तर..." त्या म्हणाल्या. आईनं तिच्या हातात कप दिला.

"कॉफी कशाला? हा इतका आजारी आणि... मी फक्त भेटायला आले."

"सगळ्यांकरताच केली. घ्या." त्यांच्या बोलण्यात अगत्य होतं. काल रात्री सगळ्यांना जागरण झालं होतं. रात्रभर डोळ्याला डोळा नव्हता हे कळलं.

"हवं तर आज मी थांबू का थोडं... रात्री?"

"सांगू तसं. कळवीन मी." अभीनची आई म्हणाली. ती एकदम, "नको, कशाला?" असं म्हणू शकत होती; पण ती तसं म्हणाली नाही. तिचा वरवरचा, उखडलेल्या भिंतीच्या पोपड्यांसारखा तो प्रश्न. त्याचाही तिनं आब राखला. जया मग जास्त वेळ बसू शकली नाही.

रात्री त्या घराशी गडबड वाटली. अभीनला हॉस्पिटलला ॲडमिट करत होते बहुधा. स्वैपाकाच्या बाई तसं म्हणाल्या होत्या. जयानं कीर्तीला मुद्दाम पाठवलं. कीर्ती येईतो तिनं मसाल्याचं पान खाऊन घेतलं. थंडाई आणि गुलकंदवालं पान मुद्दाम सौमित्रला आणायला पाठवलं, जेवण झाल्यावर. आज बाईंना काही वेगळा बेत सांगितला होता जेवणात. तिघंही एकत्रच जेवली. जेवण छान झालं होतं. हवा छान सुटली होती. फिरायला जावंसं वाटत होतं. आता कीर्ती परत येईपर्यंतचा वेळ तिला फारच मोठा वाटला. फाटक वाजलं तसा तिनं गुरळाच करून टाकला. उगाच पानानं ओठ रंगलेले कशाला दिसायला हवेत?

"काय गं!" जयानं अधीरतेनं विचारलं.

"हॉस्पिटलमध्ये हलवत आहेत."

"का? इतका सिरियस आहे तो!"

"सिरियस नाही. प्रिकॉशन म्हणून. जास्त कॉम्प्लिकेशन्स होऊ नयेत..."

"सिरियसच असेल. सांगत नसतील तसं... त्याशिवाय का कुणी हॉस्पिटलमध्ये..." कीर्तीनं रोखून तिच्याकडे पाहिलं. जयाला तिच्या नजरेला नजर देववेना. समोरच्या घरात खाली दिवे होते. कदाचित आजी घरी एकट्या असतील. जयाला एकदम उत्तेजित वाटलं. ती कीर्तीच्या खोलीत आली... ती खिडकीशी पाठमोरी उभी होती.

"काय करतेस?" जयानं विचारलं.

"काही नाही." ती साधी वळलीही नाही.

"मी म्हणत होते, जरा आजींजवळ झोपतेस का? एकट्या आहेत."

"तशी गरज नाही." जयाकडे न पाहता कीर्ती म्हणाली.

"गरज कशी नसेल गं?..." ती तशीच उत्तेजित होऊन काही म्हणायला गेली,

तेव्हा कीर्ती मध्येच म्हणाली– रुक्षपणे, तिच्याकडे वळून, ''अभीनची मावशी थांबली आहे. त्यांनी संध्याकाळीच तिला बोलावून घेतलं. सगळे आपापली काळजी घेतात. बघतात. तुझ्यावर कुणीही अवलंबून नाही. तू मात्र...''

जया मग तिथं थांबलीच नाही. झोपायला खोलीत गेली. सौमित्र काही वाचण्याच्या पावित्र्यात होता. बेडलँप लावून... म्हणजे आता झोप यायची ती... उजेड येईल डोळ्यांवर! माहीत नाही किती वेळ! पुन्हा वाचतो कुठे! नुसती पानं पलटवतो. मग तिनं खिडकी बंद केली, पडदा सरकवला.

''खिडकी उघड जया. पडदाही बाजूला कर. गरमी होते.'' सौमित्र मॅगझिनवरली नजर न काढता म्हणाला. तरीही ती तशीच उभी.

''जया!'' सौमित्र जरा जोरात म्हणाला. जवळच आहे आणि किती मोठ्यानं बोलतो!

''खिडकी उघड म्हटलं मी...''

''तूही उघडू शकतोस.''

''अगं, पण तू जवळच तर उभी आहेस! मी लावली का? कमाल करतेस!''

पूर्वी व्हायची अशी मारामारी. सुरुवातीच्या दिवसांत. मग कार्तिक आजारी असताना... अकारणच.

तिला थोडी स्वतःची लाज वाटली. तिनं खिडकी उघडलीही. आलाच तो केवड्याचा वास तसा, तर त्याला स्पष्ट सांगून टाकायचंच. हसेल... हसू दे... म्हणेल तुझं डोकं फिरलं आहे. तो जे वाटतं ते स्पष्ट बोलून टाकतो. तसं त्याचं मन निर्मळ आहे. नदीचा निखळ तळ दिसावा असं. खिडकी उघडूनही यावेळी तो वास नव्हता. गडद, सौम्य कसलाच नाही.

सौमित्र लवकरच घरी आला. पुष्कळ दिवसांनी.

''अरे! आज लवकर? पुन्हा जायचं असेल.'' जया म्हणाली.

''नाही.'' जया झोपाळ्यावर बसली होती, तर तोही बसला. तिनं पायानं झोका काढला.

''मला झोका नको,'' तो म्हणाला. तिनं झोका थांबवला.

''कार्तिकलाही झोका सहन होत नसे,'' ती म्हणाली.

ते सौमित्रला बहुतेक माहीत नसेल. इतके बारकावे त्याला माहीतच नसायचे कधी. हे तिच्याच तर लक्षात राह्यचं सगळं.

''तो, अभीन आता बरा होतोय हं.'' ती म्हणाली.

''कोण अभीन?'' त्यांनं विचारलं.

''तो नाही का समोरचा?''

"हो, बरा झाला का?"

"झाला नाही. होतोय. अजून घरी आला नाही."

"कुठे गेला आहे?" त्यानं विचारलं, तेव्हा तिला फिस्सकन हसू आलं. सगळ्या गुंतागुंतीकडे असाच बघतो नेहमी सौमित्र! सरळपणे. शेवटल्या दिवसांत कार्तिकनं विचारलं होतं, "इतके सगळे लोक असताना मलाच का हे व्हावं?"

तेव्हा सौमित्र त्याला म्हणाला होता. "इतके जण आहेत कार्तिक... असतात. पण बुद्धीचं हे देणं तुलाच का, असंही म्हणू शकतो आपण?" बोलताना पुन्हा कुठलाही समजून सांगण्याचा आव नाही, काही नाही. साधा डोक्यावर हातही ठेवायचा नाही. कार्तिक गेल्यावर एकदा ती म्हणाली त्याला, "लहानपणी तुला कार्तिक तेवढा आवडत नव्हता. काळा, ओबडधोबड फीचर्स... माहितीय? रडला तरी तू उचलून घ्यायचा नाहीस..." अकारण जुने कित्ते गिरवण्याचे ते उमाळे त्या वेळचे, तर ते अजिबात नाकबूल न करता त्यानं म्हणून टाकलं,

"ते आधीचं... पण नंतर...? ही वॉज सो क्लोज टु मी..." पुन्हा हे सांगताना जराही भावविवशता नाही. कार्तिकबद्दलचे त्याचे सगळे उल्लेख हे असेच... तिनं पुन्हा पुन्हा पायानं रेटा दिला.

"जया..." त्यानं टोकलं. तिनं झोका थांबवला.

"कीर्ती कुठं गेली आहे?" त्यानं विचारलं.

"हॉस्पिटलमध्ये. अभीनकडं. येईलच आता." ती म्हणाली, मग त्यानं विचारलं नाही, तरी तिनंच सांगितलं, "रोजच जाते. दोन-अडीच तास बसते. दोघांची खूप मैत्री जमली आहे. कधी वाटतं टोकावं; पण मग वाटतं, की तो तर जाणारच आहे जुलैमध्ये. पुन्हा काही विचारायची भीती वाटते. तिला आवडत नाही. एकदम राग येतो. मुलांशी जपूनच बोलावं लागतं."

जया काय काय बोलत होती.

"शक्य आहे." सौमित्र म्हणाला.

"काय शक्य आहे?" तिनं न समजून विचारलं. "देअर वॉज अ लाँग गॅप! कार्तिक गेल्यानंतर, तसं म्हटलं तर त्याच्या आजारपणापासूनच. तिच्या बरोबरीचं असं कोणीच तर नव्हतं." तिला वाटलं, हा मुद्दामच असं म्हणतो आहे का? तिला जे सुचवायचं, म्हणायचं आहे ते डावलून! पण तो तसा नाही. मुद्दाम नाही, तर आडपडद्यानं त्याला कधी काही म्हणता येतच तर नाही!

कीर्ती आज घरीच होती, म्हणून मग जयानं विचारलं, "आज गेली नाहीस तू हॉस्पिटलला?"

"आज डिस्चार्ज आहे." ती म्हणाली.

"बरं झालं." ती म्हणाली. पण काहीतरी टोचलं तरी तिनं नेटानं विचारलं, "तब्येत बरी आहे नं पण?"

"हो. खूपच."

"केव्हा मिळणार आहे डिस्चार्ज?"

"बारानंतर मिळणार होता. डिस्चार्ज पेपर्स व्हायचे होते."

"म्हणजे तू सकाळी गेली होतीस?"

"हो." तिचं सकाळीही जाणं काही जयाला आवडलं नाही. इतकी काय गरज पडली होती? "पण मग आतापावेतो यायला हवा होता. की पुन्हा..."

"आलाही असेल. काका मघाच गेले होते आणायला."

जयाला आत खोलवर काही टोचलं. हाच आहे मुख्य फरक. हेच अंतर. एक घरी परत येऊ शकतो आणि एक... दोघांतल्या सूक्ष्म साम्यातला हा कदाचित बटबटीत फरक. 'मलाच का? मीच का म्हणून?' हे विचारण्याची वेळ तितकीच इतरांवरही नको यायला? हेच होतं त्या कठीण प्रश्नाचं समाधान! कुणालाही सोडवता न आलेल्या त्या प्रश्नाचं...

मग संध्याकाळी कीर्ती बॅडमिंटन खेळायला गेली नाही. तेव्हा जयानं सरळच विचारलं, "आज खेळायला जात नाहीस?"

"नाही."

"इतक्यात जात नाहीस तू?"

"नाही जमत."

"का? अभीनकडे जायचं असतं म्हणून?" कीर्तीनं आईकडे पाहिलं. प्रथम चमकून. मग तिच्या नजरेला नजर देऊन ती म्हणाली,

"तसंही समज. का? तुझी काही हरकत आहे?"

आता मात्र जया गोंधळली. कीर्तीची नजर धीट होती; पण बेडर नव्हती. एक वयाचा जोष होता तो तेवढा सोडला, तर ती सौमित्रसारखीच स्पष्ट, रोखठोक बोलत होती.

"मी... माझी काय हरकत असणार?" जया गडबडून म्हणाली.

कीर्तीला क्षणभर आईची कीव आली.

"आपल्याभोवतीच्या सगळ्या गोष्टी फक्त आपल्याकरता घडतात; घडू शकतात, असं का वाटतं तुला आई? आपण इतके कुठं महत्त्वाचे असतो?" ती म्हणाली.

अभीन घरी आल्या आल्या जया एकदम त्याला भेटायला गेली नाही, तरी त्याची बातमी तर कळतच होती. तो बरा होतच होता. तीन-चार दिवसांनंतर ती भेटायला गेली. पलंगाखाली सरकवून दिलेल्या पेटीतली पुन्हा एक-दोन पुस्तकं

घेऊन. त्याच्याकरता थोडी फळंही... तोच मधला रस्ता. आज कशी कोण जाणे, जाता जाता अंगठ्याला ठेच लागली. धारदार दगडाची. थोडा पायही मुडपला. एक तीव्र वेदना! अंगठ्यातून भळभळ रक्त. घरीच परत फिरायचं; पण थांबली वेदना जिरवत. डोळे मिटून, ओठ घट्ट दाबून तिथलंच एका गवताच्या पुंजक्यातलं गवत उपटून तिनं ते त्या रक्तावर दाबून धरलं, रक्ताचा जोर कमी झाला तेव्हा हातातला रुमाल तिनं बांधला. खरं म्हणजे आत्ताच गेलं पाहिजे, असं काही नव्हतं. घरी परत येऊन मग पुन्हा कधीही जाता येत होतं. तरी ती रक्त थांबेतो तिथंच थांबली. त्या मधल्या जागेत...

अभीनच्या आईनंच दार उघडलं. पायाचा ठणका उभं राहू देत नव्हता.

"या." अभीनची आई म्हणाली. नेहमीच्याच अगत्यानं. संध्याकाळच्या सावल्यांत ते घर एका कोपऱ्यातल्या दिव्याचा प्रकाश पसरावा तसं निवांत. ती थोडा वेळ कोचातच बसली. झाडांच्या मग्न सावल्या. थंडी आता पूर्ण संपली. तिचे रेंगाळते अंशही नव्हते. दूरवरचं आंब्याचं झाड मोहरानं भरून गेलेलं. इतकं, की झाडाचा मूळचा हिरवा रंगच बदलून गेलेला.

"यंदा आंबे खूप दिसतात." जया म्हणाली.

"हो. मागच्या वर्षी नव्हताच."

"बरा आहे नं अभीन आता?"

"हो. खूपच चांगला आहे."

"मी भेटू का त्याला?"

"हो, हो. जा नं. वरतीच आहे. कीर्तीची खूप मदत झाली हं. रोज येऊन बसत होती."

"हो." जया म्हणाली, जिना चढताना त्रास झाल्यासारखं वाटलं. पाहिलं, तो अंगठ्याजवळची जागा सुजली होती. पाऊल उचलताना प्रत्येक वेळी जाणवत होतं. शेवटची पायरी झाल्यावर सुटल्यासारखं झालं. अभीन वाचत होता.

"अरे, आराम कर तू." ती जवळ येऊन म्हणाली.

"आरामच आहे."

"बरा आहेस नं!"

"हो." तो म्हणाला. अस्ताव्यस्त खोली, पुस्तकं, कागद, पेन, कपडे... ती बघत होती.

"मी पुन्हा ही दोन पुस्तकं आणलीत तुला वाचायला."

"तुम्ही मागं दिलेलीच अजून वाचायची आहेत."

"हो रे! मन नसेल लागत. सारखं आजारपण..."

"मी अभ्यास सुरू केला. ती पुस्तकं मग मागंच पडली."

"या वर्षी परीक्षा देत नाहीस नं!"

"नाही. पण पुस्तकं हातात घेतली की बरं वाटतं. हे परीक्षांचे दिवस. अभ्यास करीत राहिलं, की आपणच वगळले गेलो, असं वाटत नाही. शेवटी..."

"शेवटी काय?"

"आपण या सगळ्या गोष्टींशी जोडलेलो आहोत, हे फीलिंग महत्त्वाचं.."

तो काहीतरी वेगळं म्हणत होता. जे कार्तिकला कधी म्हणता आलं नाही. कदाचित त्यानं ते म्हणावं, अशी कोणती जागा तिनंही ठेवली नसेल. तिनं त्याच्याकडं पाहिलं. तो आता खूप पांढरा वाटला. जास्तच ॲनिमिक. त्याचं नाक गालांच्या उंचवट्यामुळे जास्तच टोकदार वाटलं. त्या जाड भिंगाच्या चष्म्याआडचे ते डोळे... त्यात कसलंही भय नव्हतं. कार्तिकला नाही कधी चष्मा लागला. डोळे मोठे, त्याच्या काळ्या रंगात, ओबडधोबड फीचर्समध्येही ते डोळे ठळक जाणवायचे. हळूहळू ते मोठे देखणे डोळे भयानं ग्रासले. कसलं भय? ती अभीनकडे पाहत राहिली. पण अभीन दिसलाच नाही. कार्तिकच समोर आला. त्याच्या त्या भयासकट. ते भय मरणाचं तर होतंच, त्याहीपेक्षा काही वेगळं होतं... पोहता न येणाऱ्या माणसाला पाण्याचं भय असावं, तशी ती भीती. पोहणाऱ्या माणसाचं पाण्याच्या प्रवाहाशी, नदीशी नातं असतं, तसं तिच्या खोलीशी, तळाशीही असतं. पाण्याची भीती ही काही फक्त मरणाचीच असते का? अभीनची आई त्याच्याकरता सोजी घेऊन आली. पातळ, मऊ गुरगुट्या भातासारखी सोजी. त्यावर ताजं तूप. आजीकडल्यासारखं जुनं लिंबाचं लोणचं. जिभेवर जुनी चव आली. तिच्याकरता सरबताचा ग्लास आला.

"कशाला हो? नेहमी तर येणार मी!"

"नेहमी येणाऱ्याला काही द्यायचं नसतं का? गरमीत बरं वाटतं सरबत." जयानं चवीनं हळूहळू सरबत संपवलं.

"ताज्या लिंबाचं का?"

"ताजं वाटतं नं? थंडीतच लिंबाच्या रसात साखर मिसळून ठेवली होती." तिनं रिकामा ग्लास टेबलावर ठेवला. तिथंच अभीनची सगळी औषधं, पलंग, थंडी संपलेली– तरीही एखादी शाल, मफलर उश्याशी, पलंगाशी सपाता. मुरून गेलेल्या आजारपणाच्या खुणा. अभीन म्हणाला होता सुरवातीला त्याच्या आजारपणाबद्दल, की ईट ईज लाईक अ हेवी रेन इन द सीझन, म्हणून. हेवी रेन... तो बरा. पडून गेला तास-दोन तास, की नंतर स्वच्छ. ओल्यावर उमटलेला उन्हाचा वास. कोवळ्या उन्हाचा. पण ही तर पिरपिर. सततची. सर्दी-ताप अंगात मुरावा तशी...

आपण आलो कशाकरता, हेच जया विसरली. तिला त्याच्या आजाराबद्दल बोलत राहायचं होतं. त्याची कीव करून दाखवायची होती. कधीतरी हेच नव्हतं का

घडलं तिच्याही बाबतीत? हाच तो दुखरा कोपरा. हेच ते विचित्र समाधान. पण आता वाटतं; की दोन्हीत कुठलंही साम्य नाही. असलं तर फार वरवरचं. अभीन सोजी खात होता. त्याचा मऊ गुरगुट्या वास. कार्तिकला शेवटी शेवटी पातळ सोजीच लापशीसारखी... तिनं अभीनच्या प्लेटवरून नजर बाजूला केली. कोपऱ्यात सतार होती. गवसणीत झाकलेली. गेल्या काही दिवसांत ती ऐकू आली नव्हती. ती उठली तर पायातून कळच आली. पाऊल चांगलंच सुजलेलं. "आऽ!" ती कळवळली.

"काय झालं?" अभीनच्या आईनं विचारलं.

"काही नाही, येताना ठेच लागली थोडीशी."

"थोडीशी? पाऊल सुजलं आहे चांगलं! तुम्ही नेहमी मधल्या रस्त्यानं येता?" अभीन म्हणाला.

"मधून येता तुम्ही?" अभीनच्या आईनं विचारलं. आश्चर्यानं.

"जवळ आहे..." ती कशीबशी म्हणाली.

"कशा जाल तरी घरापर्यंत?" अभीन काळजीनं म्हणाला.

"जाईन हळूहळू. जाते रे. बरा हो. म्हणजे झालाच आहेस..."

मग पिशवीत विसरलेली फळं तिनं टेबलावर ठेवली. तशी आता त्यांची गरजही नव्हती. ती रुग्ण माणसासाठी न्यायची असतात.

रात्री पाऊल सुजून भप्प झालेलं. ॲनलजेसिक घेऊन ती पडली. कीर्तीनं विचारलं, तर तिनं उडवून लावलं. घरच्या घरी काय ठेच लागू शकत नाही? अंथरुणाला पाठ टेकताना त्या समोरच्या खोल्यातले दिवे पाहून घेतलेच. अभीन जागा असेल, वाचत असेल. तिनं दिलेली पुस्तकंही... नाही तर त्याचा अभ्यास. आठ-साडेआठच होताहेत. कीर्ती आणि सौमित्रचं तर जेवणही अजून व्हायचं होतं. ती डोळे मिटून पडली. हलवला की पाय दुखतो. पूर्ण पायभर ठणका आहे. जरा वेळानं त्याची सतारही ऐकू आली. अगदी थोडा वेळ. तिला बरं वाटलं. थोडा वेळ ती अशीच चालू राहिली, तर निदान झोप तरी लागून जाईल. तिनं गुंगीत डोळे मिटून घेतले. झोप लागतच होती, तर सतार थांबली. मध्येच थांबल्यासारखी थांबली. कदाचित त्याची आई म्हणाली असेल, 'थकशील नको वाजवू. नुकताच तापातून उठलास...' पण त्याचं वाजवणं मर्माचं. त्याला वाजवावंसं वाटणं हेच. खरं म्हणजे तो थांबायला नको होता. काही स्ट्रेन होणार नव्हता त्यानं... मग थोडं सरकून उठून पाहताना पुन्हा पायातून कळ उठली. त्याच्या खोलीतला दिवा मालवला होता. सौमित्रचा आवाज आला. दारातून 'जया, जया' हाका मारत तो आला. काही थोडंसं विशेष सांगायचं असलं, की ही त्याची जुनी सवय. ती समोर दिसली नाही, तेव्हा त्यानं कीर्तीला विचारलं,

"आई झोपली?"

"हो मला वाटतं."

"इतक्या लवकर? जेवली?"

"हो. थोडं बरं नाही. पण मी थांबलेय तुमच्याकरता."

पण 'तिला काय झालं आहे,' हे काही त्यानं विचारलं नाही. तो सरळ जयाकडे आला. "झोपलीस?" त्यानं विचारलं.

"छे, पडले आहे नुसती." मग ती झोपलेली नाही, म्हणून उत्साहानं त्यानं एक प्लॅन तिच्यापुढे ठेवला.

"काय आहे?" तिनं विचारलं.

"सांग नं!"

तिनं पाहण्याचा प्रयत्न केला, तरी काही कळत नाही. नुसत्या रेषा! त्यांनी काही आकार उभे केलेत; पण ते तिला कळेना. "नाही कळत?"

"नाही बाई."

"हे डिझाईन ओळखीचं नाही वाटत?" तिनं पुन्हा प्रयत्न केला, पण छे! मग सौमित्रच म्हणाला, "ही बैठक... आलं लक्षात?"

लक्षात तर नव्हतंच आलं; पण तिनं 'हो' म्हणून टाकलं. "आणि हे पिलर्स-खांब, त्यावरलं डिझाईन आणि भिंतीच्या कोपऱ्यातलं नक्षीकाम. आठवलं?"

"नाही रे." ती म्हणाली.

"मूर्ख आहेस! बघ तुझ्या जगदीशमामांच्या वाड्यात हे डिझाईन आहे."

तिनं डोळे विस्फारले. वरवर साध्या दिसणाऱ्या कागदांतून, तोच एका विशिष्ट अँगलनं प्रकाशात धरला तर एखाद्या कोड्याचं उत्तर उमटावं तसं झालं. आता तर तिला सौमित्र म्हणत होता तसंच दिसलं. त्या आता नुसत्या रेषा नव्हत्याच. तो दिवाणखाना, ते छत, ते खांबावर कोरलेलं नक्षीकाम, भिंतीचे कोपरे... त्या जुन्या वास्तूचे ते अवशेष... सौमित्र आज त्याला एक नवं रूप देऊ पाहत होता.

"तू एकदा जगदीशमामांना किल्ल्या माग वाड्याच्या. एकदा पुन्हा बघूनही घेतो. सगळीच जाऊ. कारनं दीड-पावणेदोन तासांचा तर प्रवास..."

तिथं जायचं? ते तळं आता आटलं. तिथं जवळच मोठा बसस्टँड झाला. आता शिंगाडेही मिळत नसतील. मामीही नाहीत. तो केवडासुद्धा...

ती उठून बसायला गेली, तर पावलातून वेदना वरपर्यंत सरकत गेली.

"आऽ!" ती कण्हली.

"काय झालं गं?" त्यानं विचारलं; पण तिच्या उत्तराकरता थांबला नाही. ती स्वत:शीच हसली. सौमित्र टेबलावर प्लॅन ठेवून बघत होता. लाईट त्याच्याकडे वळवून... ती पाहत राहिली त्या उजेडाकडे. तिथं आता कुणीही राहत नाही. वस्तीच्या

सगळ्या खुणा पुसून गेल्या, तरीही ते डिझाईन आता नव्या स्वरुपात! किती सहज जोडले जातात काळाचे भिन्न भिन्न तुकडे! थोडंसंच साम्य आधाराला घेऊन माणसाच्या मनात रुतून बसलेले ते दिवस आणि हाडामांसाचं वास्तव– दोन्ही सांधत.

तिनं डोळे मिटले तरी तो दिव्याचा उजेड कळत होता. खिडकीतून येणाऱ्या वाऱ्याचा स्पर्श झाला. आता तो उग्र वास पाठोपाठ येईलसं वाटलं. तिनं श्वास रोधून घेतला. थोडा वेळ वाट पाहिली. पण नाही. काही नाही. खिडकीतून येऊन वारा नुसता स्पर्श करून गेला. तिनं हलकेच डोळे उघडले. वरून डोक्यावर एखादा दगड कोसळतोसा दिसावा आणि तो मध्येच कुठं तरी थांबून जावा, तसं झालं. पायातला ठणका एकाच ठिकाणी जमून बसलेला. पायभर होऊन विरळ होतोसं जाणवलं. दुसऱ्या क्षणाला तिला झोपेनं घेरलं.

उन्हाळा सुरू झाला. परीक्षा संपल्या. उन्हाच्या झळा वाढल्या. गच्चीवर झोपणं सुरू झालं. गच्चीवरून अभीनकडच्या लोकांशी बोलणं सोपं होतं. अभीन तेवढा घरात झोपायचा. गच्चावरील पहाटे पडणारी थंडी त्याला सहन होत नव्हती.

आणि एक दिवस अचानक त्या मधल्या जागेत लोक बघायला आले. त्या जागेचा मालक आणि बिल्डर. जागा साफ करून आखणी झाली. पाया खोदला. कुठंही न रेंगाळता काम वेगानं सुरू झालं. ती आता नुसती मधली जागा राहिली नव्हती. तो फ्लॉट झाला होता आणि त्यावर काम सुरू झालं होतं. कुणी   डॉ. शिरपूरकर होते, तिथं राहायला येणारे. पावसाळा सुरू होण्याच्या आत काम करायचं होतं म्हणे. आता जयाचं अभीनकडे जाणं, त्या घराकडे बघणं कमीच होत गेलं. मधला रस्ताच बंद झाला. पुन्हा ते घर जुनं झालं होतं. त्याची जागा ते मधलं घर घेत होतं...

मृगाचा पाऊस पडला तो अगदी नक्षत्र पकडून. चांगला जोरात. उन्हाची काहिली थोडी कमीही झाली. कानाची पाळी भाजून काढणाऱ्या झळा ओसरल्या. मग हळूहळू पाऊस त्याची लय पकडत उघडझाप करत राहिला. शाळा-कॉलेजं सुरू होत होती. ते घरही ठरवल्यासारखं पूर्ण झालं. वास्तुशांत झाली. तिलाही बोलावलं होतं. माणसं राहायला मात्र यायची होती...

संध्याकाळी जया झोपाळ्यावर बसली. पावसाळी गारवा. एक जोरदार सर मस्त तासभर कोसळून थांबलेली. झाडं, रस्ते– सगळं सुस्नात. मधूनच विजेच्या तारांवरले पावसाचे थेंब चिमण्यांच्या धक्क्यांनं खाली ठिबकत होते. सर्वत्र ओला हिरवाकंच रंग... त्यावर हलकीशी तांबूस तिरीप. घरी कुणीही नव्हतं. या वेळी नसतंच कुणी. कीर्ती येऊन पुन्हा कुठं बाहेर गेलेली. कदाचित अभीनकडंही! सौमित्र तर या वेळी नसतोच. बाई यायच्याच होत्या.

ती पायानं हळू हळू झोका घेत होती. आभास आणि वास्तवाची ती संधिकालीन

वेळा... फाटक वाजलं. पाहिलं तर तो होता अभीन. पुन्हा तोच थंडीचा वेश, तोच जामानिमा. आता पावसाळी थंडीचा. खरं म्हणजे हा गारवा सुखावत होता. गरमी शोषून घेत होता; पण हा मुलगा आपला थंडी भरावर असावी तसा सजून! पूर्ण बाह्यांचा स्वेटर, मफलर. त्याला श्वासही लागला होता.

"ये, ये." ती म्हणाली. झोका थांबवत. अभीन आला. त्याच्या हातात तिनं दिलेली पुस्तकं. "मी उद्या सकाळी जाणार आहे." तो म्हणाला.

"हो. कीर्ती म्हणत होती. पण उद्याच जाशील हे... हॉस्टेलमध्येच नं?"

"मी सुरुवातीला माझ्या बहिणीकडे राहीन. मग सेटल झालो की हॉस्टेलला."

"तुझी बहीण असते तिथं?"

"हो."

"एकटाच जातो आहेस की कुणी सोडायला येतं आहे?" प्रश्न विचारल्यावर तो विचारायला नको होता, असं वाटलं.

"नाही. एकटाच, ही पुस्तकं परत करायची राहिली. खरं म्हणजे वाचलीही नाहीत." तो काहीसा शरमिंदा होऊन म्हणाला.

"आलास की वाच. घेऊन गेलास तरी हरकत नाही." ती म्हणाली.

त्या वेळी त्या ताणलेल्या उत्कट अवस्थेत ती पुस्तकं त्याला दिली. वरची पेटी काढून. ती त्याच्याकरता थोडीच होती?

"तुम्ही आला नाही इतक्यात? आई म्हणत होती."

"तो मधला रस्ता बंद होऊन गेला..." ती म्हणून गेली आणि मग हसली. तोही हसला.

"कीर्ती घरी नाही."

"मी भेटलो कीर्तीला."

"आत ये. काही घे नं."

"नको. मला काहीच चालणार नाही." तो म्हणाला. मग तिनं चिमूटभर साखर त्याच्या हातावर दिली. तो निघतो म्हणाला. त्याच्या जाड भिंगाआडचे डोळे– कमजोर दृष्टी, पाठीत किंचित वाकलेला, अंगातले गरम कपडे, पाठमोरा, उंच, कृश... फाटक लावल्याचा आवाज, गार वाऱ्याचा झोत. कदाचित पाऊस पुन्हा येईलसुद्धा. त्या वाऱ्यात पावसाचे थेंब होतेच. तिनं डोळे मिटून घेतले तर तो वास केवड्याचा! आता दरवळच. शुद्ध दरवळ.

साप्ताहिक सकाळ १९९९ दिवाळी

■

गाव

अनू दीड वाजता घरी येते जेवायला, तो दाराशी पोस्टमन थांबलेला दिसतो.

"रजिस्टर आहे तुमचं." तो सांगतो.

"हो!" ती सही करून पत्र घेते.

"मी दोन-तीनदा येऊन गेलो पत्ता घेऊन" तो सांगतो.

'का?' हे विचारतानाच ती थांबते. पत्र रजिस्टर आहे हे लक्षात येऊन. आज निदान जेवायला घरी आलो म्हणून! रोज या वेळी कुठे येतो? आज सकाळीच संस्थेत जावं लागलं. बाहेरगावचे व्हिजिटर्स होते. सकाळी संस्थेच्या मेंबर्सची मिटिंग होती. खरं म्हणजे तिची सगळी पत्रं बहुधा संस्थेच्या पत्त्यावरच येतात. ती मेंटली रिटार्डेड मुलांच्या संस्थेत काम करते. ऑनररी. एक-दोघांना घेऊन तिनंच ते काम सुरू केलं. संस्था उभी केली. पसारा वाढवला. आता सगळी पत्रं तिथंच येतात तिची. हे इथं आलं कसं?

पोस्टमन पुढे गेलेला आहे. ती कुतूहलानं पत्र पाहते. गावाचा शिक्का पुसट आहे. दिसत नाही. ती फाटकातून सनी आत घेते. गॅरेजच्या शेडमध्ये ठेवावी का पाहते. तसं आभाळ भरून येत आहेच; पण तिला कळतं, की पाऊस पडायचा नाही. वाऱ्यानं ढग पांगतीलच. किती दिवसांचा एक कोरडा रखरखीत पट्टा... एखाद्या कामचुकार मुलानं तोंड दाखवून गायब व्हावं, तसं आपलं पावसानं चालवलं आहे! ती सनी तिथंच राहू देते. मुद्दाम. अंजनची मारुती आणि स्कूटर गॅरेजमध्ये आहे. तोही टूरवर नसला की गाडी-स्कूटर बाहेरच असू देतो.

अनू घरात येते. दारं-खिडक्या उघडते. आभाळ घरात उतरून यावं असा अंधार वाटतो. दिवा लावते. पत्र साधं आंतरदेशीयच आणि ते रजिस्टर पोस्टानं! पत्र मळकं, चुरगळलेलं, वळ्या पडलेलं दिसतं. तिची, अंजनची पत्रं कधी अशी

नसतात. तिला येणारा मजकूर मुळी या अशा साध्या इनलँडवर मावतच नाही. ती पत्र उघडते. ते चमत्कारिकपणे चिकटलेलं असतं. पत्त्यावर जळगावचं नाव असतं. मायना नसतो. खाली सही रमेश सदाफळ... मध्ये छोटासा मजकूर. बेपर्वा खरडलेला.

ताराबाई सदाफळ खूप आजारी होत्या. त्या गेल्या हे आपल्याला कळवीत आहे. आजारपणात त्यांनी आपले नाव काढले. त्या आजारी असल्याचे कार्ड यापूर्वी टाकले होते. ते मिळाले नसेल म्हणून हे पत्र रजि. पोस्टाने पाठवत आहे.

पत्राला मायना नाही तशी तारीखही नाही. ते कुणीतरी लिहायला सांगितलं म्हणून लिहून टाकलेलं. कुणी सांगितलं असेल! मुद्‌गलबाईंची कावेरी! ताराकाकूंचे भाडेकरू, की स्वत: ताराकाकूंनीच? कदाचित त्यांच्या माहेरचं कुणी का डॉ. गोवर्धन? ती पत्र पुन्हा वाचते. तिला वाटतं, की या पत्रातल्या बातमीशी या रमेश सदाफळचा काही संबंध नाही. आहे तो फक्त तिला कळवण्यापुरता. या रमेश सदाफळला आपण ओळखतही नाही. जळगावशीही कधी संबंध आलेला नाही; पण सदाफळ हे आडनाव आणि ते छोटंसं किरकोळ गाव मात्र तिच्या खूप दाट परिचयाचं होतं. ते आडनाव, ते घर आणि ते गावही. छोटंसं. बिनमहत्त्वाचं. कुठल्या नकाशात त्या गावच्या नावाचा साधा ठिपकाही नसेल, कुठलीही सुपरफास्ट ट्रेनच काय पण साधी एक्स्प्रेस ट्रेनही त्या गावच्या मवाळ प्लॅटफॉर्मवरून दिमाखात निघून जाते.

मग अनूला या माणसानं पाठवलेल्या कार्डाची आठवण येते. ती बाहेरची लेटरबॉक्स पाहते. अंजन टूरवर असला, की तीही पत्र पाहतच नाही. अंजनचीच पत्रं असतात नेहमी कामाची. तो कामानिमित्त फिरत असतो देशविदेशात. इंजिनिअर आहे. आता स्वत:ची कंपनी काढली. त्याच्या कामाची सगळी पत्रं. चळतच असते. अनू ते कधी पाहत नाही. त्याच्याकरता ठेवते. आता ते पोस्टकार्ड मात्र त्या पत्राच्या गठ्ठ्यात दिसतं. तेही त्या इनलँडसारखंच चुरगळलेलं, मोड पडलेलं, मळकं, जुनं त्या कार्डावरही जळगावचं नाव आहे, तारीख नाही. कार्डावर आडवी एकच ओळ.

ताराबाई सदाफळ फार आजारी आहेत, हे कळवीत आहे.

खाली तीच सही रमेश सदाफळ. पत्रातल्या त्या ओळीशी काही संबंध नसलेली. ही बातमी तिला कळवायचं तेवढं काम उरकणारी. त्या ओळीत एकही जास्तीचा शब्द नसतो. अशा वेळी हमखास असणारा अत्यवस्थ हाही शब्द नाही. असे शब्दही इतके कोरडे रखरखीत असू शकतात? अनू आता अस्वस्थ होते. दोन्ही पत्रांवरला स्वत:चा पत्ता पाहते. डॉ. अनुपमा सो... सोहनी चे स्पेलिंग एर्दन सोवनी केलेले आहे. अनू दोन्ही पत्रं पुन्हा वाचते. प्रथम मिळाली त्या क्रमानं. नंतर मात्र प्रथम आजारपणाचं, मग मरणाचं. रीतसर असं... ती थोडी अस्वस्थ होते. पत्रातल्या

ताराकाकूंच्या बातमीनं आपण अस्वस्थ झालो आहोत हे ती स्वत:शीच अमान्य करून टाकते; पण त्या गावाला जाऊन यावंसं वाटतं आहे. कुणाकरता? ताराकाकूच तर नाही! त्यांच्याकरता जाऊन भेटायचं कुणाला? या कुठल्या प्रश्नांची उत्तरं तिच्याजवळ नाहीत; पण तरी तिथं जाण्याचा विचार हटत नाही. काकूंच्या आजारपणाचं पत्र आधी मिळतं, तर आपण गेलो असतो? ती स्वत:लाच विचारते. नसतोच गेलो का? पण प्रथम कळली ती त्यांच्या मृत्यूची बातमी. नंतर आजाराची. म्हणून जावंसं वाटतं. कारणं माहिती नाही. ती असतील आणि नसतीलही. पण जायचं आहे.

आता काकूंच्या जाण्यानं डोळ्यात पाणीबिणी येईल असं काही नाही. तेव्हाही नव्हतं. लहानपणचे मंतरलेले दिवस काकूंच्या शेजारी गेले इतकेच. त्यांच्या आतल्या बंदिस्त अंगणात, बाहेरच्या भल्या मोठ्या आवारात, त्यांच्या झोपाळ्यावर, देवघर, स्वयंपाकघरात, मूलबाळ नसलेल्या ताराकाकू आणि रामकाकांच्या फेन्सिंगला लागून असलेलं तिचं लहानसं घर. तिचे डॉक्टर वडील, आई, दोन मोठे भाऊ-बहीण. धाकटी ती. गोरी भुरकी, टपोऱ्या डोळ्यांची, कुरळ्या लांब वेण्यांची आणि काकूंचे टिपटॉप सजवलेलं घर. तिथल्या सुंदर सुंदर वस्तू, हिरव्या वेगळ्याच सुंदर रंगाच्या काचेच्या कपबशांवरील नक्षी, फुलांच्या कुंड्या, जेवणाचं गुळगुळीत टेबल, साधा रोजचा चहासुद्धा किटलीतून कपात ओतायचा. वरून दूध आणि ऐटीत शिष्टासारखी साखर वरून टाकायची. साध्या चहाशीसुद्धा क्रीम बिस्किटं आणि खरपूस भाजलेला ब्रेड लोणी लावून. काकूंनी केलेल्या पांढऱ्याशुभ्र करंज्या ओल्या नारळाच्या, पोह्यांवरची हिरवीगार कोथिंबीर, किसलेलं खोबरं, तोंडात टाकल्याबरोबर विरघळणारा रव्याचा लाडू, काकूंनी रांगोळीनं काढलेले गालिचे, काढलेली चित्रं, घरातही छान छान साड्या नेसणाऱ्या काकू. गोऱ्यापान, उंच, सुंदर. रामकाकांबरोबर त्यांचं झोपाळ्यावर बसणं. झोपाळ्याच्या पितळी कडा आणि पाळण्याच्या पाटीची पितळेची नक्षीदार फुलं. या सर्वांचं अनूच्या मनात रुजून गेलेलं एक आकर्षण. मनाचा एक कोपरा कदाचित अजूनही त्यानं व्यापून असेलच.

अनू खिडकीशी उभी राहते. दुपार जाणवते, संथ, सुस्त. किती दिवस झाले ती अशी दुपारी घरी येतच नसते. मघाचं आभाळ उडून जात आहे. पाऊस नाहीच यायचा. खेळ करतो आहे नुसता.

...आई दुपारची घरीच असायची. काकूही घरी असायच्या. बाबा दुपारी जेवायला यायचे. ती आणि तिची भावंडं मधल्या सुट्टीत घरी यायची. काकूंकडे काका एकदा साडेदहाला जेवून कोर्टात गेले, की संध्याकाळीच यायचे. मधे कोणाचं येणं-जाणं नाही. काकू मग दुपारी ॲगाथा ख्रिस्तीच्या कादंबऱ्या वाचायच्या. मग कधी जुन्या क्लासिक कादंबऱ्या व्हेन्डेटा-रिबेका. काका कोर्टातून यायच्या वेळी त्या साडी बदलून तयार होऊन वाट पाहायच्या. अनूला त्या रोज गोष्टी सांगायच्या. तिची आई

मात्र गबाळीच राहायची. सकाळी एकदा नेसलेली साडी बदलायला तिला वेळच नसे. साधा चेहराही ती पुसत नसे. काही वाचतबिचत नसे. लहानपणीच अनूच्या मनावर खोलवर उमटत गेल्या आहेत त्या या दोन स्त्रिया. एक तर आईच आणि एक काकू. आईपेक्षा पुष्कळ वेगळी आणि तशी दूरचीही. नंतर आयुष्य बदलत पुढे गेलं. तेव्हा, नंतर आणि आताही कामाच्या निमित्तानं पुष्कळ स्त्रियांचा दुरून जवळून परिचय होतो, तेव्हा सर्वांमध्ये एक गोष्ट समान जाणवत राहतेय अनूला. कुणीही स्वत:ला कधी केंद्रस्थानी पाहिलं नाही. ते स्थान त्यांनी दुसऱ्या कशाला तरी, कुणाला तरी देऊन टाकलेलं. आणि स्वत: मात्र एखाद्या बळकट खुंट्याला धरून त्याच्या आधारानं राहावं तशाच राहिल्या. किती काळ जातोय, बदल होतात. बदलाची प्रक्रिया तर सुरू असतेच. पण इतक्या संथपणे! इतक्या वर्षांचे पक्के बुरूज ढासळायला वेळ लागतोच. काळाच्या थपडा जाणवतात; पण दिसत नाहीत. काळ कळतो तो कुठल्या मोठ्या बदलानं, नाहीतर एकेक जण जातोय, बाजूला होतोय. त्यानं... बाबा गेलेत, आई गेली त्यापूर्वीच तिथलं घरही बंद झालं. रामकाकाही गेले. सोबतचा मित्रपरिवारही मागेपुढे गेला. सारं येणं-जाणं पार ओसरलेलं ताराकाकूंचं ते घर... आता काकूही गेल्या. काल असणारं आज नसतं हा काही बदल नाही! कालचं संपताना नवं काही पेरून का नाही संपत?

ती खिडकीपासून दूर होते. भूक जाणवते. सकाळी लवकर जाण्याच्या गडबडीत काही केलं नाही. आता काहीतरी करावं लागेल. एकदम सुचतं. ताराकाकूंसारखं खरपूस ब्रेड भाजून, लोणी लावून.. तिला हसू येतं. तो लोणी लावलेला ब्रेडचा वास आठवतो. तोंडाला पाणी सुटतं. इतकी आवडणारी साधीशी गोष्ट; पण अंजन असला की आपण नाही करत. त्याला आवडत नाही म्हणून. भूक शांत झाल्यावर ती टेबलावरचं साप्ताहिक चाळते. त्यात तिचा लेख असतो. तो चाळताना कळतं, ती पुष्कळ पुढे निघून आली आहे त्या गावापासून. ती आता लिहिते हा तिचा विषय नाही. नसतो. संस्कृत हा तिचा विषय. त्या गावातली तिची शाळा प्रायमरी. नंतरचं हायस्कूल. पानसे मास्तर संस्कृतचे. ती बोर्डातून संस्कृतमध्ये पहिली आली होती. पानसे सर नेहमी उत्तररामचरिताबद्दल बोलायचे. अभ्यासाशिवाय ते उत्तररामचरित शिकवायचे. म्हणायचे यातली सीता ही वेगळी स्त्री आहे. तिचं वेगळेपण सांगायचे. मग ते गाव सुटलं. बाबाच मोठ्या भावाकडे राहायला गेले. तो विषयही सुटला. तिच्या अंजनच्या जाण्या-येण्याच्या कुठल्याच वाटेवर ते किरकोळ बिनमहत्त्वाचं गाव तिला कधी लागलं नाही. काकूंशी थोडा पत्रव्यवहार राहिला, तो फक्त तिचाच. मधे काकूंच्या गावाजवळच्या शहरात ती सेमिनारला गेली होती तेव्हा मुद्दाम जीपनं जाऊन आली होती. एक रात्र राहून परतली होती. त्यानंतर तर पत्रसुद्धा नव्हतं आणि आता काकूच गेल्या. त्या गावाला बिलगून असलेलं अखेरचं नाव आणि तरी जावंसं

वाटतं आहे, गावाच्या तुरळक आठवणीही येताहेत. डोंगरावरून खाली घरंगळत गेलेला नदीपर्यंतचा रस्ता. इकडून तिकडे उडणारे पक्षी, डोंगे, होड्या, एरवी निमूटपणे आज्ञेत वाहणाऱ्या नदीच्या पुरात वाहून गेलेला मुद्गलबाईंचा अंता... कावेरीचा भाऊ.

अनूला काळाचा एक सुप्त प्रवाह जाणवतो. त्या गावापासून तिच्यापर्यंत. त्या सगळ्या माणसांपासून तिच्यापर्यंत. मूलबाळ नसलेल्या त्या स्त्रीपासून तिच्यापर्यंत. त्या स्त्रीला स्वत:चं नाव नाही, स्वत:चा म्हणून चेहरा नाही. तिच्या मूल नसण्यानंच ते सगळं गिळून टाकलं आहे. तिची मग दुसरी कुठली ओळख उरली नाही. तिची तिनंच ती ठेवली नाही. स्त्रीचं तर तेच मर्माचं ठिकाण मानलेलं! तिनंही त्याला मान तुकवली. तिच्याकरताच म्हणून ठेवलेल्या त्या मर्माला... त्याच्या बाजूनं निघून जाण्याचा साधा प्रयत्नही केला नाही.

अनू अस्वस्थ होते. तिला सुचत नाही. काही कारण नाही. न गेलं तरी चालेल, तरी सारखा जाण्याचाच विचार मनात उसळतोय. एक पत्र टाकून द्यावं कुणाला तरी असं नाही वाटत.

आभाळ दिसत राहतं. ढग भरून येतात आणि वाऱ्यानं विस्कटून जातात. वाटतं, पावसाला सुरुवात व्हावी. लहानपणी पावसाचे थेंब अंगावर घेत होतो दोन्ही हात पसरून, तसं करावं. मग कुठून तरी हाका येतील, 'अनू, भिजू नको.'

रात्री नऊला अंजनचा फोन यायचा असतो, तर पावणेनऊपासूनच फोनजवळ बसते. कॉर्डलेस असतो. कुठूनही येऊन फोन उचलताही येतो; पण तिला ती सवयच असते आणि फोनही वेळेलाच येतो. ती जवळच बसली आहे. कधीपासून हे माहीत असल्यासारखा. फोन अंजनचाच. तो परवा येत असतो. पुष्कळ वेळ बोलणं होतं.

"नंतर लगेच जायचं नाही ना?" ती विचारते. तो नाही म्हणतो.

"मग माझ्याबरोबर चलशील?"

"कुठे?"

ती सांगते. तो नेहमीप्रमाणे उडवून लावतो. रात्री साडेदहाला पुन्हा फोन. रिंगवरूनच तो परगावचा हे कळतं. कदाचित अंजनच पुन्हा.... तिला वाटतं; पण फोन दुसऱ्या कुणाचा असतो. आवाज दूरवरून येतो. बोलणं कळत नाही. लाइन खराब असावी, डिस्टर्बन्स आहे.

"मी रमेश सदाफळ... जळगावहून... ऐकू येत नाही का?" कसेबसे ऐकू येते. ती उगाचच सरळ बसते.

"पत्रं मिळाली?"

"हो. आजच."

“ताराबाईंच्या वकिलांकडून तुमच्याकडे वीस हजाराचा चेक येईल. मला तुमचा पत्ता कन्फर्म करायचा होता.”

मला! वीस हजार! ताराकाकूंनी! ती गोंधळते.

“काकूंना जाऊन किती दिवस झाले?” ती विचारते.

“आता पावणेदोन महिने.”

“पण मला पत्र तर आता...”

“हो. टाकायला उशीर झाला. पत्र आजकाल लवकर मिळतही नाही.”

तिला आठवतं, दोन्ही पत्रांवर तारीख नसते.

“माझा यायचा विचार आहे.” ती सांगते.

“अं! तशी गरज नाही. चेक येईलच तुमच्याकडे.”

“त्याकरता नाही. मला तसंच यायचं आहे.”

“कधी येता कळवा. मग शक्यतो मी येईन, नाहीतर डॉ. गोवर्धन आहेत, वकीलसाहेबही आहेत. त्यांना सांगून ठेवतो.”

“तशी गरज नाही. गाव माझ्या परिचयाचं आहे.”

आपणही गरज शब्द नकळत वापरला. तिच्या लक्षात येतं. तो शब्द तिला नेहमी खोटाच वाटतो. खोटा आणि अपुरा...

“शक्यतो मी येतोच. ताराबाईंचं घर बंद करायचं आहे.”

“बंद?”

“म्हणजे विकायचं आहे.”

“विकायचं?”

“हो येण्याचं कळवा.”

“मिस्टर सोहनी इथं नाहीत. ते आल्यावर ठरवीन.” ती सांगते. ते त्यांचा फोन नंबर देतात. फोन बंद होतो.

सकाळी संस्थेत जायला ती तयार होत असते. तो दिसतं, पावसाचे शिंतोडे केव्हा तरी पडून गेलेले आहेत. समोरचा शाळेचा रस्ता पुरता ओलाही झालेला नसतो. कोपऱ्यावरच के.जी आणि प्रायमरी स्कूल आहे. स्कूल ड्रेस घातलेली लहान लहान मुलं अनू बघते. पायी, रिक्षानं ती शाळेत जाताना दिसतात. कुणाचे कुणी सायकल-स्कूटरीही सोडून देत असतात. कुणी शाळेत जायचं नाही म्हणून आईचा पदर धरून मधेच रस्त्यावर बसकण मारत. अनू बघते आणि तिच्या संस्थेतली मुलं तिच्यासमोर येतात. ती मुलं अशी शाळेत कधी जाणार नाहीत. त्यांची शाळा वेगळी. त्यांचं शिकणं वेगळं, खेळ वेगळे, हट्ट, राग, रुसवेही वेगळे. या मुलांत आणि बाहेरच्या जगात एक अंतरच पडतं. बाहेरचं जग त्यांना आपल्यात घेत नाही. नुसतं

बाहेरचं जगच नाही. त्यांचं घरही त्यांना आपल्यात नाही घेत. ही मुलं घरापासून तुटतात. बाहेरच्या जगापासून तर आधीच तुटलेली असतात. आईपासूनही तुटतात. त्यांची आई, बाप, भाऊ, बहीण कुणी जवळचं, त्यांना इथं आणून ठेवतं. त्या वेळी त्यांचे डोळे ओले असतात; पण हळूहळू ते पार कोरडे होऊन जातात. या मुलांना संस्थेवर सोपवून ते आई-बाप जणू मुक्त होतात.

त्यांना काही हे एकच मूल नसतं. दुसरं चांगलं मूल त्यांच्याजवळ असतं आणि हे संस्थेला देऊन टाकतात. त्यांची आयुष्यभराची काळजी मिटते. ती मुलं संस्थेत काहीबाही करायला शिकतात. आई-बापांच्या मते ती मार्गालाच लागलेली असतात. ते खरंही असतं; पण अनूला नेहमी वाटतं, की या मुलांचा घरचा रस्ता हरवतो आहे आणि हरवता हरवता पार पुसूनच जातो आहे. लहान-मोठी वयात आलेली, येत असलेली मुलं-मुली इथं येतात तर आपल्या आईचा पदर धरून. ती आईही सुरुवातीला मागे वळून वळून पाहते. दहा वेळा विचारते. "तुम्ही बघाल नं नीट! लक्ष द्याल? त्याला अजून काही समजत नाही... किंवा... मुलांमधे नाही झोपवत ना तुम्हा मुलींना? वेगळंच ठेवता ना? हिची पाळी सुरू झाली आहे म्हणून म्हणते. वर्ष झालं. हिला काही कळत नाही..." मग एकेक करत प्रश्न संपत जातात. प्रथम आठवड्यातून एकदा येणारी मुलाची आई हळूहळू महिना दोन महिन्यांनी येते, तेव्हा तिच्या डोळ्यांत पाणी नसतं आणि त्या मुलांचेही डोळे विझलेलेच असतात. ती आईला भेटतात; पण घरी जायला नको म्हणतात. अनूला सर्वात खटकते ती त्यांची विझलेली नजर. इतकी वर्षं झाली; पण त्या डोळ्यांत काही उमटवणं तिला जमलेलं नाही. अनूच्या हे सगळं समोर येतं आणि एका मुलाकरता, तो जीव स्वत:च्या अगदी गर्भातूनच यावा म्हणून स्वत:ला अगदी किरकोळ फालतू करून टाकलेल्या काकूच आठवतात. ही मुलं काकूंना दाखवायला हवी होती आणि सांगायला हवं होतं, की आई-मुलाचं म्हणून चालत आलेलं नातंसुद्धा तपासायलाच हवं की, यातलं लादलेलं किती असेल?

कपडे घालताना अनू स्वत:ची उघडी पाठ पाहते. दातात पदर धरून ब्लाऊज घालणाऱ्या काकूच आरशात बघतेसं वाटतं. ब्लाऊज घालायला वर गेलेला हात थबकतोच. उगीचच स्वत:ची उघडी पाठ काकूंच्या पाठीसारखी वाटते. गोरीपान आणि उंचीनं की कशानं किंचित वाकलेली. ती दचकते, साडी नेसण्याचं रद्द करते. हाताला येईल तो ड्रेस घेते, मग लक्षात येतं. हा आता अंजननं तिच्या वाढदिवसाला घेतला आहे. अडतिसाव्या. म्हणजे अडतीस वर्षांच्या झालो आपण. हा आरशातला आपला चेहरा वेगळा आहे काही? की तोसुद्धा कुठल्याही स्त्रीचा असू शकतो? ती ड्रेस घालते. तिला एकदम अंजनची आठवणच येऊन जाते. तो आपल्यापासून उगाचच दूर आहेसं वाटतं. त्याच्या कामामुळे सारखा फिरतो. येताना तिच्यासाठी

काय काय घेऊन येतो. तीही त्याच्याबरोबर बरीच हिंडली आहे; पण आताशा ती जात नाही. तिनं या संस्थेला बांधून घेतलं आहे. ती तिथं गुंतलीच आहे. ती नसती तर कसं? असं तिला उगीचच वाटतं. सर्व पसाऱ्यात आपण किती लहानसे असतो हे तिला कळतं. ती नसली तर काय तिची जागा कुणीही घेईल! पण गुंतली आहे तीच.

ती आरशात बघते. आपण जरा जास्तच भारी ड्रेस घातला का? त्या मुलांसमोर कसला दिमाख! ती तिथं नेहमी साधीच जाते... पण आता तिला ड्रेस बदलावा वाटत नाही. ती काहीशी घाईनं खिडक्या बंद करते. दार लावते. गॅरेजला कुलूप असतं. फाटक तसंच लावून घेते आणि फाटक लावताना ठरवते, चार दिवस सुट्टी घेऊ. अंजन उद्या येईल. दोन दिवस घरीच थांबू निवांत. त्यालाही कुठे जायचं नाही. मग त्याला घेऊनच जाऊ. तो नाहीच म्हणेल. थट्टा करेल, चिडवेल. मुळात आपलंच जाणं खोडून काढेल. वाद घालेल. चांगला छळेल; पण मग विरघळेल. येईल आपल्या सोबत. आपलं बालपण जिथे गेलं ते गाव त्याला दाखवू. माणसं तर नाही राहिली; पण काही खुणा असतीलच उरलेल्या.

दिवेलागणीला अंजन आणि ती त्या छोट्याशा स्टेशनवर उतरतात. अंजनला तो सगळा प्रवास तसा आवडलेला नाही हे त्याच्या चेहऱ्यावरूनच दिसतं. अनूला त्याचं हसू पण येतं. गाडीही लेटच झालेली असते.

"ही गाडी लेट होण्याकरताच प्रसिद्ध आहे आणि अंजन, स्टेशन तर तुला मुळीच आवडणार नाही. आधीच सांगून ठेवते हं! तुला ऐटबाज स्टेशनची सवय!" ती त्याला चिडवते. तोही मग हसतो, काय दहा-पंधरा माणसंसुद्धा उतरली नसतील असं वाटतं. उतरणाऱ्यांचा लोंढा नाही, चढणाऱ्यांची गर्दी नाही. एक-दोन हमालही बिडी चपलेखाली विझवत सुस्तपणे पुढे येतात. कसलीही घाई नसलेलं ते स्टेशन मख्खासारखं उभं असतं. चाय-कचोरीवाल्याच्या ललकाऱ्या उठतात आणि विरतात. आभाळ भरून आलेलं. त्यात दिवेलागणी! ते स्टेशन तर अधिकच बिचारं होऊन उभं असतं. नळाची तोटी वरून उखडलेली असते. पाण्याची तिरकी धार खाली सांडत राहते. रात्री केव्हातरी अवेळी येणाऱ्या पॅसेंजरकरता काही तुरळक लोक आतापासूनच प्लॅटफॉर्मवर थांबलेत. गाडी येईतो ते तिथं झोपतील. तिला माहीत आहे.

आठवतं, की तिला स्टेशनवर यायला खूप आवडायचं. कुणी येणारं-जाणारं असलं की ती हट्टानं बाबांच्या कंपौंडरबरोबर यायची. त्या वेळी रामकाकांची एक खटारा मोटर मिळायची पाहुण्यांना आणायला-सोडायला. मोटारीचंही आकर्षण होतं. खूप आवाज केल्याखेरीज ती सुरू व्हायची नाही. एकुलता एक टांगेवाला उस्मान त्याचं मरतुकडं घोडं घेऊन उभा राहायचा. काही साध्या रिक्षा आणि एकच

ऐटबाज ऑटोरिक्षा. त्याची खरंच ऐटच असायची! तो आपणहून सवारी मागायला कधीच यायचा नाही.

अनू भिरभिरी सगळीकडे बघते. खूप काही बदल झालेला नाही. स्टेशनबाहेर आता ऑटोरिक्षाही आहेत आणि रिक्षांची संख्या वाढली आहे इतकंच. स्टेशनमास्तरचं ऑफिस मात्र जरा पॉश ठेवण्याचा प्रयत्न केलेला दिसतो.

''देश-परदेशातली मोठी मोठी शहरं पाहिलीस. आता माझं हे लहानसं गावही पाहून घे.'' ती अंजनला म्हणते. तो आता जास्त मोकळा हसतो. मग तीही त्याच्याबद्दल अधिक मोकळी होते.

''अशी गावंसुद्धा पाहायची असतात म्हटलं.'' ती पुन्हा सांगते.

''आता आलोच आहे तुझ्याबरोबर.'' तो हसत म्हणतो. कळवलं होतं; पण कुणी घ्यायला येईलच याची तिला अपेक्षा नसते. स्टेशनबाहेर दोघं येतात. ती ऑटोच्या दिशेनं चालायला लागते, तर एक जीप जवळ येऊन थांबते. जीपमधून एक मध्यम वयाचा माणूस उतरतो.

''मी रमेश सदाफळ,'' तो सांगतो. ती नमस्कार म्हणून हात जोडते. तेही मग नमस्कार म्हणतात. ''हे मिस्टर सोहनी'' ती सांगते.

''मी सकाळी आलो दहा-अकराला. घर थोडं साफसूफ करवलं...''

जीपचा ड्रायव्हर तिची बॅग उचलू लागतो; पण ती उचलू देत नाही, स्वत:च धरते. लहानशी तर बॅग! तिला वाटतं.

''एवढंच सामान?'' सदाफळ विचारतात.

''एका दिवसाला किती लागणार? उद्याच तर परतायचं.''

''खरं म्हणजे तुम्ही दोघांनी यायची काहीच आवश्यकता नव्हती.'

''अनूला यायचंच होतं. तिचं गाव आहे न हे!'' अंजन सांगतो. ती डोळ्यांच्या कोपऱ्यातून त्याच्याकडे पाहते. तो तिला कदाचित चिडवतो आहे...

''आणि ताराकाकूंनीही आठवण काढली होती ना!''

''आठवण कसली! भ्रमच झाला होता त्यांना!'' अनूला त्यांच्या बोलण्याचा रोख आवडत नाही. तो माणूसच मुळी तिला आवडत नाही. जीप सराईतपणे चालू होते. अनूला त्या खटारा गाडीचा आवाज आठवतो. एका पडक्या किल्लेवजा प्रवेशद्वारातून जीप गावात शिरते. अनू जुन्या सवयीनं हात बाहेर काढते. पूर्वी या इथं एक झाड होतं. त्याच्या फांद्या गाडीतून हाताला स्पर्श करायच्या...

''हात बाहेर काढू नका.'' सदाफळ सांगतो.

''नदी आहे अंजन इथं. डोंगरातून खाली वाळूपर्यंत पायवाट पडली आहे. नदीपलीकडे शेतं, छोटं माळरान. मग दुसरं गाव.''

''आता ब्रिजच झाला आहे. ती पायवाट मोडली असेल.'' सदाफळ रुक्षपणे

माहिती पुरवतो.

"आणि डोंगे, होड्या?" ती विचारते.

"मोटर लाँच आहे. हे गावही वाढतंच आहे. काही दिवसांनी इथं एक्स्प्रेस थांबेल..."

"पण एखादीही होडी नसेल?" ती लहान मुलासारखी विचारते.

"वा! असेल ना! तुझ्याकरता एखादी होडी थांबूनच असेल!" अंजन तिला हळूच चिडवतो.

"पण नदीपर्यंत जायचं कसं! ती पायवाट तर मोडली म्हणता?" स्वतःचा प्रश्न थोडा मूर्खपणाचा वाटूनही ती विचारतेच.

"चांगला रस्ता झाला आहे ना!"

"कुठून?"

"डोंगराच्या बाजूनं..."

"पूर्वी शेतं होती ना!"

"आता नाहीत. रस्ता तिथूनच गेलेला..."

"घाबरू नको. तुझा डोंगर आणि नदी आहे अजून." अंजन म्हणतो. यावर सदाफळ मोठ्ठाच ज्योक झाल्यासारखं हसतो. ते तिला मुळीच आवडत नाही.

मग अनू गप्पच बसते. बघते, या रस्त्यावरून आत वळलं, की प्रायमरी शाळा. त्याला मागे करून पुढे गेलं, की तिचं हायस्कूल. तिचा संस्कृतचा वर्ग. अभ्यासाचं, कोर्सचं शिकवून झालं की पानसेसर उत्तररामचरिताबद्दल भरभरून बोलायचे. ते सगळे शब्द... त्या रामकथेतलं सगळं कारुण्य त्या छोट्याशा वर्गात झिरपलेलं, अंधार असतो तरीही तिला ते सगळं दिसतं.... अंजनचा हात हलवून ती सांगते,

"त्या तिथून आत वळलं न की उजवीकडे माझी शाळा हं! हायस्कूल..." ती अंजनला सांगते. तो नुसता तिनं बोट केलेल्या दिशेनं पाहतो. जीप थांबते. ती घाईनं खाली उतरते. पाऊस नसलेले पावसाळ्याचे दिवस. ढगाळ कुंद अंधार झालेला. कुठे आलो ते कळत नाही. ती गोंधळून इकडे तिकडे पाहते.

"या इकडून चला. ते समोर घर आहे."

"कुणाचं?" ती अनवधानानं विचारते.

"अहो ताराबाईंचंच!" तो आश्चर्यानं तिच्याकडे पाहतो. ती गोंधळूनच इकडे तिकडे पाहते. तिचं बाजूचं घर नाही. तिथं कसली दुसरीच इमारत ती पाहते.

"इथं बँक आहे" ते सांगतात. ताराकाकूंच्या घराचं आवार म्हणून काही उभं नाही. फेन्सिंगही नाही. आवारातलं जांभळाचं झाडही गेलेलं. थोडे चालत जाऊन ते घरच एकदम दिसते. कुठल्या पक्षाची कुस्करलेली पिसं आपल्या अंगावर गळून पडताहेत वाटतं. आवारामुळे जवळ वाटणारं काकूंचं घर फेन्सिंगच उखडल्यानं

आता तिच्या नसलेल्या घरापासूनही लांब वाटतं. ती समोर जाते. मागे अंजन. आता जीपमधील तिची बॅग घेऊन ड्रायव्हर आणि सदाफळ सर्वात मागून. अनूला त्याचीच चीड येते. तो काय आपल्याला सांगतो! आपण इथंच तर वाढलो...! काकूंचं अंगण आता एक रस्त्याचाच भाग होऊन गेलं. गवत वाढलंय बेशिस्त. ती घरात शिरते तर काकूंच्या मोठ्या घराची एक बाजू भाड्यानं दिलेली. अनोळखी नवे चेहरे दिसतात. मधला लांबूळका पॅसेज, त्याला जाळी बसवून पलीकडल्या विंगमधे काकूंचं घर. रामकाकांचं ऑफिस. लागूनची खोली. बैठकीच्या म्हणून असलेल्या दोन मोठ्या खोल्या यात दोन ब्लॉक काढलेत. तेच भाड्यानं दिलेत. जाळीला बसवलेल्या दारातून पलीकडे ताराकाकूंच्या विंगमधे गेल्यावर तर तिला वाटतं, आपण कैदच झालो आहोत. आतल्या बंदिस्त अंगणात आता फरशी बसवली आहे. तिथं काकूंच्या कुंड्या राहायच्या. एक-दोन बिनझाडांच्या कुंड्या अजूनही पडल्यात. एक आरामखुर्ची. एक मोडका स्टूल. हवा चांगली असली, की काका-काकू इथं टेबल मांडून चहा घ्यायचे. सोबत ती ब्रेड लोणी लावून. चहाचा पूर्ण सरंजाम. तिची आई मात्र सगळ्यांचा चहा दूधपाणी एकत्र करून करायची आणि सरळ कपातच गाळायची... अंगणातून व्हरांड्यात गेलं, की एक झोपाळा असायचा. तिथलं लाल गुळगुळीत सिमेंटही निघालेलं होतं.

"इथं झोपाळा असायचा. पितळी कड्यांचा." ती अंजनला सांगते.

"तो बांधून ठेवला माळ्यावर." सदाफळ सांगतात.

"बांधून?" ती पुटपुटते.

अनूला तर आता ते रिकामं घरही अडगळीच्या खोलीसारखंच वाटतं.

सदाफळ पुन्हा तोच आव आणून सांगतो. "इथं ताराबाई राहायच्या."

अनूला त्या खोलीतला काकूंचा वावर दिसतच नाही. ती स्वतःच दिसते. तिला टेबलावर जेवायला आवडायचं. ते चकचकीत टेबल. तिचा ताटापर्यंत हात पोचायचा नाही. ती गुडघ्यांवर बसायची. मग काकूंनी तिच्याकरता म्हणून एक उशीच बनवली. त्या उशीवर बसून ती जेवायची. तिच्या सर्व भावंडांत काकूंकडे तिलाच मुक्त प्रवेश...

त्यांच्या बेडरूममध्ये लाकडाचा एक छानसा डबल बेड होता. काका-काकू त्यावर झोपायचे. पुष्कळदा तिलाही मधे घेऊन. तिचे आई-बाबा असे एका पलंगावर का झोपत नाहीत हा प्रश्न तिनं सर्वांसमोर विचारून मार खाल्ला होता आईचा. ती विचारते, तर सदाफळला त्या पलंगाबद्दल काही माहिती नसतं. काकांच्या बैठकीतला मोठा थोरला उभा आरसा मात्र काकूंच्या बेडरूममधे आलेला असतो. तोही खराब झालेला. आता तो या घराला बेढबच वाटतो. तिच्या संस्थेत पुष्कळदा हातापायाच्या मानानं मोठ्या बेढब डोक्याची मुलं असतात तसा.

भाडेकरूंपैकी कुणीतरी चहा पाठवतं.

"जेवायला बाहेरच जावं लागेल." सदाफळ सांगतात.

"बाहेर? हॉटेल आहे चांगलं!" अनू विचारते.

"चांगलं नाही; पण आहे."

"त्यापेक्षा घरीच खिचडी केली असती..."

"इथं काहीच सोय नाही..."

"गॅस असेल नं काकूंचा!"

"तो कावेरी घेऊन गेली. ताराबाईंनी तो दिला म्हणाली," कावेरीच्या सांगण्यावर विश्वास नसल्यासारखे ते म्हणाले. कावेरीचा ते असा एकेरी उल्लेख करतात ते तिला मानवत नाही.

"कावेरीनं घर बरंच धुऊन काढलं आहे. किचनमध्ये तर काय दोन-चार कप-पेले उरले असतील तेवढेच," ते सांगतात.

"धुऊन कशाला काढेल! मुद्गलबाईंचीच कावेरी नं! मुद्गलबाई काकूंसोबत किती वर्षे होत्या. त्या आजारी पडल्या तेव्हापासून कावेरीच होती न काकूंजवळ...!" ती शांतपणे सांगू बघते. पण सदाफळ जरा आवेशाने म्हणतात,

"ते मला माहीत नाही. पण ताराबाई देऊन देऊन काय देतील हो! पूजेची चांदीची भांडीही देऊन टाकतील?"

काय हरकत आहे! कावेरीनं त्यांचं केलं ते! शेवटपर्यंत तीच तर होती त्यांच्याजवळ. तिला वाटतं, पण ती बोलत नाही. एक तणाव वाटतो. कुणीच काही बोलत नाही. गरमी होते. पंखाही अगदी हळूहळू फिरतो आहे. ती स्पीड वाढवून पाहते.

"तोच मॅक्झिमम आहे." सदाफळ सांगतात. "तुमचं आणि काकूंचं नातं काय?" ती एकदम विचारते. तिच्या या प्रश्नाला ते मुळीच तयार नसतात. तिच्याकडे पाहतात.

"मी दीर आहे ताराबाईंचा लांबचा. सदाफळच माझं आडनाव." ते जरा गुर्मीतच सांगतात. त्यांच्या रागाचं तिला नवल वाटतं. जरा हसूही येतं.

"मीही सहज विचारलं. कधी पाहिल्याचं आठवलं नाही. काकूंच्या बोलण्यातून उल्लेखही नव्हता." ती शांतपणे म्हणते.

"तुम्हाला काय म्हणायचं आहे?" तिच्याकडे रोखून पाहत ते विचारतात.

"छे! मला काहीच म्हणायचं नाही. माझ्याकरता तुम्ही इथवर आलात. काकूंनीही तुमच्यावर बरंच सोपवलं म्हणून विचारलं." ती सावरून घेते. सदाफळांचं समाधान तर होत नाही. तिचा प्रश्न त्यांना खटकलेलाच असतो. तरीही ते थोडे हसून मान हलवतात.

"कावेरीला निरोप देता येईल? ती इथंच असते ना!"

"दिला आहे निरोप!"

मग कावेरी का आली नाही? तिला विचित्रच वाटतं. बालमैत्रीण. एका शाळेत एका वर्गात. निरोप देऊनही कावेरी येत कशी नाही? की या माणसानं निरोपच दिलेला नाही! मनातल्या या अविश्वासाचं तिला नवल वाटतं. कुणाचा विश्वास नसणं हीच किती सहज गोष्ट झाली आहे. संशय येतो, संदेह वाटतो, तो विश्वासाचा. खरा वाटतो तो अविश्वास. अन् बाहेर जेवायला जायला ती नाही म्हणते. सदाफळ मग डबाच आणवतात. टिफिन कॅरियर भाडेकरूकडून आणावा लागतो. अनूला आठवते. काकूंकडे चांगला चार खणी टिफिन कॅरिअर होता. जेवणे होतात. जेवण तेलकट मसालेदार असते. ते तिला मुळीच जमत नाही. अंजन मात्र मुकाट्याने जेवतो. सगळे बोलून झाल्यासारखे गप्प असतात. त्यातल्या त्यात दोन बऱ्या गाद्या सदाफळ शोधतो. अन् ते अंथराय-पांघरायला चादरी आणलेल्या असतात. अनूला काकूंचा बिछाना घालणे आठवते. स्वच्छ चादरी, उशा-पांघरूण, कशाला एक वळी त्यांना चालत नव्हती. कुणी पाहुणे असले की सगळा परीटघडीचा दिमाख. ती मागे आली होती तेव्हाही त्या तशा आजारीच होत्या. तरी तिचे अंथरूण स्वच्छ होतं. थंडीचे दिवसांत रजयांना कव्हर असायचे. हे सगळं होत्याचं नव्हतं कसं होत गेलं! एका चांगल्या रसिक बाईचा हा असा शेवट!

सदाफळ 'गुड नाईट' म्हणून निरोप घेतो. जाताना उगाचच दार लोटून घेतो. ती पडते. पण तिला अंजनशी बोलावेसे वाटते. त्याची गैरसोय होते आहे, त्याला असली सवय नाही याबद्दल नाही. दुसरेच कढ तिच्या मनात येतात. ते अंजनला पूर्णपणे अनोळखीच असतील हे तिला कळते. पण तरी ते सांगता आले तर तिला सांगायचे आहे. शब्दाने, स्पर्शाने ती त्याच्या बाजूला सरकते. त्याच्या अंगावर हात टाकते. पण त्याला झोप लागलेली असते. नाईट लॅम्प नाही म्हणून एक मोठा दिवा सदाफळ राहू देतो. तो उजेड तिला जास्त वाटतो. काकू प्रत्येक खोलीत एक झिरो पॉवरचा बल्ब ठेवायच्या. मोठा दिवा घालवला की तो निळा प्रकाश खोलीभर झिरपायचा. अनूला झोप येत नाही. काहीबाही आठवत राहते. काळाचा एक पूर्ण पट्टा मध्ये... काकूंची तिच्यावर माया होती? प्रेम होते? नसावे. तिची त्यांना गरज होती. पण तिच्याऐवजी त्यांना तिची भावंडं नाही चालली. एवढाच त्यांचा एकमेकांवरचा हक्क. तिचे लाड करताकरता त्या तिचा सूक्ष्म रागही करायच्या, तिच्या रूपाचा, बुद्धीचा, परीक्षेतल्या यशाचा. ती शाळेच्या गॅदरिंगमध्ये चमकायची त्याचा. तिचा रिझल्ट लागला की त्या डोकं धरून बसायच्या. ती संस्कृतमध्ये बोर्डात पहिली आली, तेव्हा त्यांना जेवण गेले नव्हते. तरीही त्यांनी तिच्यावर माया केली, हक्क सांगितला. त्यांच्या तिच्यावरच्या सूक्ष्म रागाचे स्वरूप हळूहळू असूयेत बदलत

जाऊन ते मग किती बटबटीत होत गेले, हेही तिला आठवते. तिच्या मोठ्या भावाला मेडिकलला ॲडमिशन मिळाली नाही, तेव्हा त्यांचा आनंद त्यांना लपवता आला नाही. त्या वेळी त्या मुद्दाम अनेकदा घरी आल्या आणि तिच्या घरातली खोलवरची निराशा बघत मनातून हरखल्या होत्या. ती कुठले बक्षीस घेऊन नाचवत त्यांच्याकडे आली की म्हणायच्या,

"आता माझ्यामागे हाही त्रास लागला." कुठला त्रास? काय म्हणायचे होते त्यांना? तिच्या यशाची कोणती बाजू त्या बाईच्या अपयशाची, उणिवेची होती? हे कोणते नाते होते? होते का म्हणून, अजूनही असेलच... इतकी वर्षे ते कशावर उभे होते? अजून स्पष्ट आठवणारा त्यांचा तो सूक्ष्म राग, त्यानंतरची ती बटबटीत असूया... तो कदाचित स्वत:तल्या दोषाचाच तीव्र हुंकार होता! आज हे कोणाला कळेल, कोणाला सांगता येईल? सांगितले तर जाणून घेता येईल? आज तर दोनच नाती आहेत. पटकन समजणारी, कळणारी. एकतर विश्वासाची, नाहीतर अविश्वासाची; पण बाईंनी केलेल्या त्या रागात, नंतरच्या असूयेत, तिच्या बटबटीत उच्चारातही तो अविश्वास कधीच कसा नव्हता? ती संपूर्ण वाट पूर्णपणे विश्वासाचीच कशी होऊ शकली? अन् ती उठूनच बसते. लावून ठेवलेला दिवा ती मालवते. अंधारात तिला प्रथम भीती वाटते. मग वाटते, हे तर आपल्या ओळखीचे घर! भीती कशाची?

ती खोलीबाहेर येते, चंद्राचा सौम्य प्रकाश असतो. काही वर्षांपूर्वी– किती आठवत नाही– जेव्हा ती इथे आली होती, त्या वेळी काकू तशा आजारीच होत्या. माईल्ड हार्ट ॲटॅक येऊन घरी परतल्या होत्या. सेमिनारला त्यांच्या जवळच्याच शहरात आली होती ती, तर भेटून घ्यावं म्हणून आली होती. भेटून लगेच जायची, तर काकूंनी ठेवून घेतलं. आलीस तर बरं वाटतं, असं कितीदा म्हणाल्या. आज आहे अनू, तर तू घरी जा, असं म्हणून कावेरीला मुद्दामच घरी पाठवलं. काकूंबरोबर त्या एवढ्या मोठ्या घरात एकटं राहायची तिला त्या वेळी जरा भीतीच वाटली होती. पण क्षणभरच!

काकू अशाच या आरामखुर्चीवर बसल्या होत्या. व्हरांड्यात, ती झोपाळ्यावर. दिवस थंडीचे. मध्ये निखाऱ्याची गरम शेगडी ठेवून कावेरी निघून गेली होती. ती पावलांनी हलकेच झोका काढत होती.

शाल अंगाभोवती घट्ट लपेटत काकू म्हणाल्या, "शेवटी आनंदाचं रडतखडतच चाललंय नाही गं." तिला गंमत वाटली. इतक्या वर्षांनी निवांत बोलण्याची सुरुवात काकूंनी तिच्या मोठ्या भावापासूनच केली! ज्यांच्याबद्दल काही सांगावं बोलावं असा तिचा लहान भाऊ होता, बहीण होती; पण काकूंनी नेमकं ते टाळलं. आणि आनंदही तसा मार्गाला लागलाच होता. खूप मोठी काही नोकरी नाही, पण बरं सुरू होतं. पण काकूंनी नेमकं त्याच्यावरच बोट ठेवलं. हे सगळं अजून मनात असतं त्यांच्या,

तिला वाटलं.

"आनंदाचं चांगलं चाललं आहे." ती मोघमच म्हणाली.

"तू खूप मोठी झालीस पण सर्वांत. कुठलीशी संस्था चालवतेस, लेख लिहितेस नं?"

ती बोलली नव्हती. ही तिचीच निखळ तारीफ, की त्याआडून दुसरं काही...! "तू खूप हिंडलीस नं नवऱ्याबरोबर! जग पाहून आलीस. तुझा नवरा मोठा माणूस! मोठ्या पगाराची नोकरी..."

काकूंचा रोख तिला सर्वस्वी नवा वाटला. पण काकूंनी तिला फार वेळ संभ्रमात नव्हतं ठेवलं.

"तुझे भाऊ नाही इतके हुशार, अन् खरंतर मुलंच हुशार हवीत. सर्वात तूच बरी म्हणायची!" आता ही तिची तारीफ की काय! ती स्तब्धच राहिली. नकळत झोका थांबला. "आम्ही मात्र इथेच पुरले गेलो." त्या निःश्वास टाकून म्हणाल्या. ती त्यांच्याकडे पाहत राहिली.

"काकू तुम्हाला हौस होती. पैसा होता. का कुठे फिरला नाहीत?"

"कुठे गं? हेच तर गेले लवकर!"

"काका असतानाच, आणि नंतरही! काकू पुष्कळदा आपल्याच जगण्यातून बाहेर पडून पाहावं. जमलं तर सुटून पाहावं. आपण वेगळे होतो. वेगळे घडतो. तुम्ही एकाच गोष्टीभोवती फिरत राहिलात. किती हुशार होता तुम्ही!"

"पण काय चीज झालं?" त्या सुस्कारून म्हणाल्या, "तुझ्या आईसारखी सामान्य बाई, पण तिचं झालं सगळं नीट!"

"नीट म्हणजे काय काकू, फक्त मुलंच नं?"

"मग! त्या बाईंनी राज्य केलं! मी मात्र..." अनूला हसू आलं. आईनं राज्य केलं? कुणावर? "काकू, तुलना अशी कुणाशी नसते करायची. ती स्वतःची स्वतःशीच करायची..."

त्या क्षणभर काही बोलल्या नाहीत. ती म्हणाली ते त्यांना समजलं की नाही, असंच तिला वाटलं. मग त्या आरामखुर्चीत रेलल्या होत्या, त्या जरा सरळ बसल्या. हातांचे तळवे स्वतःच्या अशक्त पकडीनं दाबत म्हणाल्या,

"तुला सांगू अनू, दोष तुझ्या काकात होता, माझ्यात नव्हता..." मग एका हातानं आरामखुर्चीचा दांडा धरून म्हणाल्या, "तुला डॉ. गोवर्धन आठवतात!"

"थोडेसे. तुमचे डॉक्टरच न बाबांनंतरचे!"

"हो, मला त्यांच्याबद्दल वाटायचं. माझ्याबद्दल त्यांनाही. कितीदा वाटायचं अनू, की होऊ द्यावं मूल त्यांच्यापासून. काय हरकत आहे! कसलं पाप त्यात? एकदाच मिळणारा हा जन्म आणि बाईनं तो अनुभव काय घ्यायचाच नाही?"

अनू थक्क झाली. त्या थोड्या थरथरत होत्या. त्या आजारी होत्या. या विषयावर बोलणं चालू ठेवावं की नाही असं तिला वाटलं... पण त्यांना आता थांबायचं नव्हतं...

"मला धैर्य झालं नाही म्हणण्यापेक्षा डॉक्टरांनीच माघार घेतली. पण ते तसं होतं, तर काय मोठी उलथापालथ होती!"

"नाही." ती स्वत:च्या आत खोलवर बघत म्हणाली.

"काय नाही?"

"तसं घडतं, तर ते चूक नव्हतं!"

"म्हणजे तुलाही त्यात काही गैर वाटलं नाही नं!"

"नाही. काकू, आपला संबंध प्रथम स्वत:शीच असतो..."

काही अजून म्हणायचं असल्यासारखी ती थांबली. "पण तुझ्या काकांना ते पचलं नसतं, ते टिकलेच नसते. त्यांच्यात उणीव नसती तरी ते कुठे गेले नसते. तसे ते फार गरीबच होते..."

"पण प्रश्न फक्त तुमचा होता काकू."

"म्हणजे?"

"नवरा-बायकोतलं हे एकच नातं तुम्ही पाहिलं आणि शक्यतो धरून ठेवलं."

"म्हणजे आणखी कोणतं नातं असायचं!"

"ते मी सांगून कसं कळेल? तुम्ही काही वेगळ्या तऱ्हेनं काकांपर्यंत पोचू शकला असतात तर तुमचं हे म्हणणं... काकांनीही पचवलं असतं आणि दोघं तसं एकमेकांजवळ पोचू शकला असता नं काकू, तर तुम्हाला तुमची उणीव इतकी तीव्रतेनं वाटलीही नसती."

"असं कसं म्हणतेस!"

"काकू, आपल्याला एखादी गोष्ट मिळते आणि मिळत नाही. पाऊस कुठे पडतो कुठे पडत नाही. आणि मुसळधार पावसातही जमिनीचा एखादा भाग कोरडा राहून जातो. त्यासाठी का सगळा जीव गोळा करायचा? अनेक परी असतात काकू जगण्याच्या. त्यात आपला संबंध प्रथम स्वत:शीच असतो... मग इतरांशी..."

"तू काय म्हणतेस ते मला सगळंच काही समजत नाही, पण डॉक्टरही काहीसं असंच म्हणत होते."

"काय म्हणत होते?"

"म्हणायचे, 'आपले संबंध काही एका गरजेपोटी नाहीत, ते त्या पलीकडचेच आहेत.' त्या नात्याचा असा वापर त्यांना नको होता, म्हणायचे, 'इतर पुष्कळ गोष्टी असतात, त्याचा विचार कर. त्या बघ. ही एकच गोष्ट का धरून ठेवतेस?" त्यांच्या डोळ्यांत जरासं पाणी आलं...

"मला ते सगळं समजत नव्हतं. आताही तू म्हणतेस ते कळत नाही सगळं."

"कारण ते समजावं असं तुम्ही स्वत:ला घडू दिलंच नाही. तुम्हाला सगळं समजू शकत होतं. तुमची ती पात्रता होती. माझ्या आईवर अशी वेळ येती तर तिला ते नसतं कळलं, कारण ती ते समजण्यासारखी नव्हतीच, पण तुम्ही..."

"अनू, तू लेख लिहितेस नं!"

"हो."

"मग हे सगळं लिही, आपण बोललो ते लिही. माझ्याबद्दल लिही... माझ्यावर लिही."

"काकू, मूल नसणाऱ्या काही तुम्ही एकट्याच नाहीत. त्यावर काय लिहायचं!"

"का? अगदीच काही नाही. लिहिण्यासारखं?"

"असेल नं, पण त्यातून बाहेर पडू शकला असता तर ते लिहिलं असतं..."

"तुला हे सगळं लिहायची लाज वाटेल, नाही?"

"काकू, निर्भयपणे केलेल्या गोष्टीची मला लाज नाही वाटणार!"

"एक खरं सांगशील? विचारू? रागावणार नाहीस?"

"विचारा नं!"

"समजा अनू, तुझ्यावर अशी वेळ येती तर... तू..." ती काही क्षण स्तब्ध राहिली. काकूंनी कधीही तिच्या मुलाची कसली कुठली चौकशी केली नव्हती. ती करण्याची त्यांना भीतीच वाटायची. तिच्या सगळ्या वलयाला साजेशीच ती मुलं असणार होती. आणि म्हणूनच तो प्रश्न त्यांनी तिला कधीच विचारला नव्हता. तोच सूक्ष्म राग आणि तीच बटबटीत असूया... पण त्या वेळी त्यांच्या तोंडून तो उल्लेख निघूनच गेला.

अनू काही वेळ बोललीच नाही.

मग म्हणाली– काकूंकडे न पाहता,

"मघा तुम्हाला बोलले त्या तऱ्हेनं आम्ही एकमेकांजवळ पोचलो असतो, तर त्याचं मलाही एवढं वाटलं नसतं."

"पण तसं नसतं पोचता आलं तर अनू!"

"तर तुम्हाला वाटलं तसं मलाही वाटू शकलं असतं..."

यावेळी काकूंनी 'म्हणजे गं!' असं म्हटलं नाही. अनू भानावर येते. उठते. आरामखुर्ची रिकामी दिसते. झोपाळ्याची जागाही रिक्त. त्या वेळी एका विश्वासानं बाईंनी तिच्याजवळ सांगितलं, त्यांचं प्रेम, त्यांची मागणी, रक्तातच उफाळून आलेली, निर्भयपणे....

त्या घरातील सकाळ भकासच उगवते. तीच दबलेली पावसाळी हवा. ओले उच्छ्वास आत कोंडून धरलेली. अनूला जवळजवळ रात्रभर झोप नसते. ती उठते

तेव्हा आठ वाजत असतात.

''रात्री झोप नाही लागली का?'' अंजन हसतच विचारतो.

''हं जरा...''

''सकाळी नऊला धिनमिने वकील येतील. नऊ ठीक आहे नं!'' सदाफळ विचारतो.

''हो. ठीकच तर....'' ती सांगते. ते वकील येवोत न येवोत. आपण कुठे त्याकरता आलो आहोत?

ती आता सकाळच्या प्रकाशात घराकडे बघते. अद्याप काकूंचा फोन असतो. फ्रीजही आहे रंग उडालेला. एक जुना दिवाणही दिसतो; पण बाकीचे सगळे!

''हे घर माझ्या नावानं केलं आहे ताराबाईंनी.'' सदाफळ सांगतो. ती आश्चर्यानं त्याच्याकडे पाहते, तेव्हा तो गडबडून म्हणतो. ''म्हणजे सगळं कायदेशीर...''

मी कुठं काय म्हणते आहे, तिला वाटतं.

''कावेरी तिच्या नावावर ट्रान्स्फर करून द्या म्हणते? मी हे घर विकणारच आहे सामानासकट.''

...सामान राहिलं तरी कोणतं आहे पण! आणि घरही केव्हाच तर विकलं गेलं... ताराकाकूंच्या जाण्याआधीच. तिला वाटतं, त्यावरची काकूंची मुद्रा पुसलीच तर गेली. सदाफळ उगाचच काहीबाही तपशील पुरवायला लागतात तेव्हा ती कंटाळून आंघोळीला उठते.

ठीक नऊला धिनमिने वकील हजर असतात.

''मी ताराबाईंचे सगळे व्यवहार बघत होतो.'' ते सांगतात.

''व्यवहार!'' ती उगीचच काहीतरी म्हणते.

''कॅश काही फार नव्हती. खर्चच त्या मानानं जास्त. घराचं भाडंही कमी. भाडेकरूच जावई बनून राहात होते. घराचा मेन्टेनन्स, टॅक्स...'' धिनमिने सांगतात.

ती टवके उडालेल्या भिंतीवरून मागचं आभाळ दिसतं का ते पाहते. तिला धिनमिन्यांचे शब्द ऐकू येतात आणि नाहीही. रेडिओवर की कुठेतरी गाणं लागलं आहे–

> 'बरसे बुंदिया सावन की
> सावन की मनभावन की...'

वाटतं, की अखेरच्या क्षणी काकूंच्याजवळ कोण असेल? कावेरी, हे वळवळणारे किडे, की... की डॉक्टर गोवर्धन! इतकं अखेरच्या क्षणी त्यांनाच बोलावण्याइतकं त्या निर्भय होऊ शकल्या की नाही? आणि डॉक्टर होते तर मग ही सगळी अशी वाताहात का...? आणि काकूंनीच हे सगळं का नाही सांभाळलं?

''तुम्हाला वीस हजार रुपये द्यावे असं बाईंनी विलमध्ये...'' ती धिनमिन्यांकडे

पाहते. तो चेकचा बंद लिफाफा घेते. हा हातातला लिफाफा, ही सगळी माणसं, हे घर, भाडेकरू, घरातल्या वस्तू, हे सगळं नदीच्या ऐलतीरावर आहे आणि पलीकडे जायचं आहे आपल्याला... तिला वाटतं. कालचा तो सुप्त प्रवाह आपल्या अगदी लगटून वाहतो आहेसं होतं. हा वर्तमान की... धिनमिने जातात.

अंजन सांगतो, ''मी जरा भटकून येतो गावात!''

'एकटाच?' तिला विचारावंसं वाटतं, पण या सदाफळची काय सोबत, म्हणून ती विचारतच नाही.

ती थोडा वेळ एकटीच असते. भाडेकरूंपैकी कुणी सांगत येतं, ''तुमच्याकडे डॉक्टरसाहेब आलेत.''

आणि ते येतात. ''नमस्कार! मी डॉक्टर गोवर्धन.''

ती चकित. यांना भेटायचं आपल्याला का सुचू नये? ती पाहते, डॉक्टरांना आधी पाहिलं असेल-नसेल. त्याची तिला आठवण नाही. पण या माणसाला प्रथमच पाहतो आहोत, असंच तिला वाटलं. काल रात्री जे सगळं आठवलं त्याच संदर्भानं सरळ थेट आज आपण त्यांना पाहतो आहोत. वाटतं, न बघितलेल्यासुद्धा माणसाचं एक चित्र असतंच डोळ्यांपुढं. ते पुष्कळसे तसेच वाटतात. उंच, गोरे, या वयातही सरळ, ताठ. केसांचा कापूसच पूर्ण. डोळ्यांत एक तेज. अनूला ते आवडतात. ताराकाकूंच्या संबंधात जास्तच पटतात. ही दोघं एकत्र यायला हवी होती. घरी इतरही कुणी असतील... बायको, मुलं आणि कुणी इतरही, तरीही! काकू बदलत्या. वेगळ्या झाल्या असत्या.

''तुम्ही येणार कळलं, म्हटलं, भेटून यावं.'' ते म्हणाले.

''मला कळवलं असतं तर मीच आले असते.'' ती संकोचानं म्हणते.

''पण भेटायचं इथंच होतं... ताराबाईंच्या वास्तूत.'' ते प्रसन्न हसत म्हणतात. त्यांचा वास्तू हा शब्द तिला जास्त चपखल वाटतो. माणसं असताना ते घर असतं. नसताना वास्तू होत असेल. माणसांचा सहवास अनुभवलेली वास्तू.

''हो.'' ती म्हणते.

''ताराबाई तुमच्याबद्दल बरंच बोलायच्या.'' ते सांगतात.

''हो?'' ती आश्चर्याने म्हणते.

''हो, तुम्ही हुशार होतात. मॅट्रिकला बोर्डातून...''

''छे हो!'' ती संकोचून जाते.

''आमच्या बोलण्यात तुमचा विषय असायचा नेहमी.''

''माझा?'' ती थरथरते.

''एकट्याच आलात?''

''नाही, मिस्टर सोहनीही आहेत. जरा गावात गेलेत चक्कर मारायला.''

थोडा वेळ मग ते तिच्या कामाबद्दल, संस्थेबद्दल बोलतात. विचारतात. मग सावकाश एकेक शब्द उच्चारत म्हणतात, ''माझ्या नावानं ताराबाईंनी काही रक्कम गुंतवली होती. त्याचे आता पस्तीस हजार झालेत, ते मी तुम्हाला देतो.''

''मला? मला कशाला?'' संकोचानं तिला बोलता येत नाही. ''मला दिले आहेत काकूंनी..''

''मला माहीत आहे. पण... तुमची संस्था आहे. हे मी त्याकरता देतोय समजा. पैसा काय, लागतोच. कितीही असला तरी कमीच पडतो. पण... पण हा पैसा घरात वापरू नये असं वाटतं. मी माझा दवाखाना, घर यापलीकडे गेलो नाही, म्हणून म्हणतो.''

''पण काकूंनी तुम्हाला दिलेली...''

''पैसे माझ्या नावानं जरूर होते, पण एका वेगळ्या ठिकाणी गुंतवायचे म्हणूनच होते. ते माझ्याकरता नव्हते... म्हणजे माझीच तशी इच्छा नव्हती.''

''याची कल्पना होती काकूंना?''

''हो.''

''आणि मला दिलेला चेक?'' ती विचारते.

''त्याबद्दल तर त्यांनी विलमध्येच...'' ते सांगत असतात.

कुठून तरी सदाफळ उगवतो. डॉक्टर एकदम बोलायचे थांबतात आणि मग एक-दोन मिनिटांतच उठून उभे राहतात. घड्याळाकडे बघत म्हणतात, ''अं! निघतो मी.'' ब्रीफकेसमधून पस्तीस हजारांचा चेक– तिच्या नावचा– तिला देतात.

''चहा मागवते.'' ती म्हणते. काकूंच्या या वास्तूतून त्यांनी तसंच जाऊ नयेसं वाटतं, ती तिथंच घुटमळत राहिलेल्या सदाफळकडे बघते...

पण डॉक्टर नको म्हणतात. जायलाच निघतात.

''राहणार आहात?''

''नाही. संध्याकाळची गाडी आहे.''

''बघतो, जमलं तर येतो स्टेशनवर.'' ते जातात.

अं! स्टेशनवर! नको, कशाला! ... तिला संकोच वाटतो... ती खिळल्यासारखी होते. वाटतं, पुष्कळ बोलायचं राहून गेलं आहे.

''चेक कसला?'' सदाफळ विचारतो. तिला त्याला सांगावंसं वाटत नाही.

''काकूंच्या नावानं त्यांनी आमच्या संस्थेला दिला...'' ती सांगते, तेव्हा सदाफळ अर्थपूर्ण हसतो. अनूचा संताप होतो. वाटतं, एवढंही कशाला सांगितलं आपण?

अंजन भटकून येतो तेव्हा ती सांगते. ''तू गेलास आणि डॉक्टर गोवर्धन आले.''

"कोण गोवर्धन?"

"डॉक्टर... ताराकाकूंचे!"

...अकरा वाजता कावेरी येते. ती कावेरी आहे हे ओळखूच येत नाही, इतकी बदलली आहे.

"नाही नं ओळखू येत?"

"कावेरी! ओळखणार कसं नाही?"

कावेरी नटूनथटून आली आहे. अंगावर सोनं आहे. काकूंचीच प्युअर सिल्क नेसलेली. ही साडी अनू ओळखते. या कावेरीला भेटायला आपण इतके उत्सुक होतो!.... अनूला वाटतं.

"मी तुम्हा दोघांना जेवायलाच घेऊन जायला आले आहे." कावेरी सांगते. ती सदाफळचा उल्लेखही करत नाही. तेच गडबडून स्पष्टीकरण दिल्यासारखं म्हणतात,

"तुम्ही दोघं जाऊन या. मला जरा कामही आहे."

"ऑटो उभीच ठेवली आहे." कावेरी घाई करते. अंजन आणि ती ऑटोत बसतात.

कावेरीचं घर येतं. ते असतं गल्लीत, पण आतून नेटकं सजवलेलं. कावेरीचा नवराही बरा वाटतो अनूला. मुलं शाळेत जाण्याच्या तयारीत दिसतात.

"मोठा कॉलेजला आहे" कावेरी सांगते.

"तुझी मुलं तर तुझ्यासारखीच असतील... हुशार! तुम्ही दोघंही इतके चांगले..."

"असंच काही नाही." अनू पुटपुटते.

"चहा करू थोडा?"

"नको, जेवूच."

"बसायचं की...?"

"बसूच. तसं काही खाल्लेलं नाही."

कावेरी तिला आत बोलावते. टेबल काकूंचाच दिसतो. शेल्फमध्ये अनूच्या ओळखीची खूप भांडी दिसतात. ती-ती हिरव्या रंगाची जाड काचेची कपबशीही... अनू श्वास रोखून बघते. कावेरीच्या लक्षात येतं,

"वस्तू बाईंच्याच गं! काही मी मागितलं, काही त्यांनीच दिल्या. माझं सगळं आयुष्य त्यांच्याशीच बांधलेलं. मी कुठे नोकरी करू शकले नाही त्यांच्यामुळे. आई आजारी पडली. मी तिथं जायला लागले, उमेदीची सगळी वर्षं त्या म्हाताऱ्या बाईबरोबर... कुठे भटकता आलं नाही. माझा हक्कही होताच नं! टीव्ही, गोदरेज... सगळं त्यांचंच."

"काकूंच्या माहेरची नाही आली कधी कुणी!"

"येऊन गेले त्यांचे भाऊ-भावजया. बाईंनी कुठे कुणाला जवळ केलं? या

सदाफळला मात्र... चांगलं लुटलं त्यांनी बाईंना. चांगला माणूस नाही तो!''

''आमच्या आनंदाला वगैरे कळवलं का गं?''

''टाकलं असेल कार्ड. नसेलही नाहीतर.''

''तुलाही वीस हजार मिळाले नं?'' कावेरी म्हणते, ''मिळायलाच हवे होते.''

अनूला ते बोलणं असह्य होतंय. जेवायचं आमंत्रण उगीच घेतलंसं होतं. या कावेरीच्या हाताची चव मात्र अगदी काकूंसारखीच असते. श्रीखंड-पुरीचा बेत असतो. घोसाळ्याची भजी, कोबीचा रस्सा... घास तरीही अनूच्या घशाखाली उतरत नाही. ती रस्सा चांगला झाला म्हणते.

''हो, कोबी खूप महाग होती, ती आणली तुझ्याकरता.'' कावेरी सांगते. मग तिचा नवरा बाजारभावाबद्दल बोलणं सुरू ठेवतो. अंजन मात्र मोकळेपणानं बोलत जेवत राहतो. कावेरीच्या नवऱ्यापाशी काय बोलावं, याचा त्याला प्रश्न पडत नाही. जेवणानंतर अंजन जरा आराम करतो. अनूही कावेरीच्या बेडरूममध्ये पडते. कालचं जागरण आहे, पण झोप येत नाही. कावेरीही बोलतच राहते. समोर भिंतीवर कावेरीच्या भावाचा– अंताचा फोटो आहे. अनू तो बघते. तेव्हा कावेरी एकदम बोलून जाते.

''आमच्या अंताला तर अनू, बाईंनीच मारलं म्हणायचं.''

''तुला माहीत नाही? बाईंनीच त्याला भर पावसात नदीपलीकडे पाठवलं– पलीकडून कसलीशी मुळी आणायला. परतायच्या वेळेला नदीला पूर होता. एवढा पुरात पोहणारा आमचा अनंता, पण वाहूनच गेला! प्रेत सापडायला दोन दिवस लागले. अशी मुळीबिळीनं कुठं मुलं व्हायला बसलीत!''

अनू सुन्न होते. तिला हे कधी कुणी सांगितलं नसतं.

''म्हणून म्हणते, माझा बाईंवर हक्कच होता. त्यांच्यामुळे आई अंथरुणाला खिळली. पाठीशी मोठा भाऊ नाही. मला साधंसुधं स्थळ बघावं लागलं.''

अनूला ऐकवत नाही. असे हिशोब ठेवायचे असतात?

''तुला डॉक्टर गोवर्धन माहीत असतील.''

''हो.'' ती सांगते.

''बाईंचे नि त्यांचे संबंध होते.''

''काय बोलतेस कावेरी!''

''मीच काय, त्या वेळी सारं गाव बोंबलत होतं.''

अनूला आता तिथं अगदी थांबवत नाही! तिला खरं म्हणजे विचारायचं असतं, की शेवटल्या क्षणी काकूंजवळ कोण होतं? तिला डॉ. गोवर्धन असायला हवे होते; पण ते ती आता नाहीच विचारत. माणसांच्या सगळ्या आठवणी इतक्या बटबटीत! इतक्या कर्कश्श! इतक्या काळानंतर नेमकं तेच लक्षात राहावं?

अनू अंजनला झोपेतून उठवते. जेवणाच्या सुस्तीनं त्याला गाढ झोप लागलेली, पण ती त्याला उठवते. कावेरी चहा विचारते. अंजनने घेतलाही असता, पण ती नाहीच म्हणते.

"मी येईन जमलं तर स्टेशनवर." कावेरी सांगते.

पण ती येणार नाही हे अनूला आत्ताच कळतं.

"या गाडीचा काही नेम नसतो. डबा नेतेस?" कावेरी विचारते.

"नाही." ती सांगते, तिचा निरोप घेते.

ती दोघं गल्लीत येतात. निरोप द्यायला उभी असलेली कावेरी आणि तिचा नवरा आत गेल्यावर अनू म्हणते, "नदीवर चलतोस?"

"आत्ता, यावेळी?" अंजन म्हणतो पण चलतो.

अडीच-पावणेतीन वाजलेत. दबलेलं ऊन आणि दबलेलाच पाऊस. शिळाणच सर्वत्र पसरलेली. अनूचं थोडं डोकं दुखतं.

"पूर्वीचा रस्ता बदलला आहे." ती सांगते.

"पण सापडेल न?"

"तर काय!"

डोंगराला बाजूला करून पूर्वीच्या शेतातून रस्ता गेला आहे नदीपर्यंत. शेवटी थोडा चढाव, मग उतार.

"ती डोंगराची मजा नाही, पण त्या चढावावरूनच नदी दिसते." ती सांगते. "जुनाही रस्ता असेलच. आता फक्त त्यानं कोणी जात नसेल, इतकंच."

दुपार संथ आहे. काही दिसतात पायी येता-जाताना, पण बहुतेक वर्दळ पुलावरूनच आहे. आता तिला डॉक्टरांची अनू म्हणून कुणीही ओळखत नाही. वाळू पायाला जरा गरम जाणवते. चपलांतून तळव्यांना स्पर्श करते. बोचते. जरा बरी जागा पाहून ती अंजनला घेऊन वाळूत बसते. एखादीच रिकामी होडी किनाऱ्याला. बाकी मोटार लाँचच इकडून तिकडं करतेय. संथ पाण्यावरून पक्षी या तीरावरून त्या तीराकडे उडतात. ती निरखून पाहते. खरंच, सगळे पक्षी आपले या गावाकडच्या बाजूनंच पलीकडे चाललेत! कदाचित त्यांच्या परतीची वेळ व्हायची असेल. तिला गंमत वाटते. ती अंजनचा हात घट्ट धरून ठेवते. हलवते आणि त्या पक्ष्यांकडे बोट दाखवते. तोही तिची बोटं हातांत गुंफतो. दाबतो. ती दाखवते तिकडे पाहतो; हळूहळू दुपार कलते. थोडी थंड हवा सुटते. कदाचित पाऊस येईलही. तो गुडघ्याला हात घालून बसलेला आहे. निवांत. अनू पाहते. तिच्या आठवणी त्याच्याजवळ नाहीत, तरीही त्याला तिचं हे असं इथं येणं, असं अवेळी वाळूत बसणं कळलेलं आहे, असंच तिला वाटतं. हे अनूच्या मनात राहून गेलेलं गाव तिलाही आता इतक्या काळानंतर जसंच्या तसं सापडणार नाही, हेही त्याला कळलंच आहे, असं

ती त्याच्याकडे बघते आणि मग नदीकडे. आता हे पाणी संथ आहे; पण तिला वाटतं, की अशाही वेळा असतातच नं, की जेव्हा हे पाणी बेफाम होतं, आपले तट सोडून सैरावैरा धावतं. तिनं नदीचं असं रूप पाहिलं आहे. त्या पाण्याला मग अंता समजत नाही, काकू समजत नाहीत. अंताच्या हातातल्या मुळीसकट ते त्याला खेचूनच घेतं. त्या वेळी ते पाणी नसतं... प्रलयच असतो. तो प्रलय केवळ पाण्यातच शिरत नाही. तो अंताच्या मस्तकातच भिनत जातो. मग काकूंनी पाठवलं, वगैरे गोष्टींना काही अर्थच उरत नाही. या सगळ्यात माणसाच्या इच्छ-अनिच्छेचा सन्मान कुठे असतो?

"निघायला हवं." अंजन म्हणतो.

पावसाचा एक बारकासा थेंब हातावर टपकतो. पँटला लागलेली वाळू झटकत तो उठतो. तीही उठते. पाण्याजवळ जाते. पाण्यात पाय बुडवते. थोडी अजून पुढे जाते. पाणी ओंजळीत घ्यायला वाकते. छोटे छोटे मासे हाताला स्पर्श होऊन सुळकन निसटून जातात. पाण्यातलं त्यांचं ते चिमुकलं खेळणं तिला एकदम आवडतं. ती अजून पुढं जाते.

"अनू!" अंजन ओरडतो. ती ओंजळीतलं पाणी डोळ्यांना लावते, मागं वळते, आपण वाहून थोड्याच जाणार होतो? पोहता येतं, पण कधी साधं पोहून पलीकडे नाही गेलो. पुरात पोहणारी माणसंच वेगळी असतात. वेगळी होतात. कुणी पाठवलं म्हणून ती पुरात शिरत नाहीत.

ती हळूहळू ओली पावलं रेतीत रुतवत अंजनकडे येते. आपला हात त्याच्या हातात देते.

दोघं ताराकाकूंच्या घरी येतात. सदाफळ त्यांची वाटच बघत असतो. कपाळाला आठ्या घालून घड्याळाकडे बघत "किती उशीर!" तो कुरकुरतो. त्याला अंधार पडण्याआधी निघायचं आहे. तिला स्टेशनवर सोडून तो निघणार असतो. त्यापूर्वी घराला स्वतःचं कुलूप लावलं की झालं. अनूनं आपली बॅग उचलली की बस्स.

हायपाय धुऊन अनू येते. बॅग उचलून "चला" म्हणते. एकदा घराकडे पाहून घेते. कुणाचा तरी निरोप घ्यायचा असतो, पण कुणाचा? ताराकाकू हाच अखेरचा दुवा या गावचा!

"कपडे नाही बदलत?" तिच्याकडे पाहत अंजन विचारतो. तिच्या ड्रेसला वाळू चिकटलेली असते.

"ठीक तर आहे." मग म्हणते. मग सदाफळकडे वळून विचारते, "निघायचं?"

"हो. तशी गाडी दीड तास लेट आहे. पण मी तुम्हाला सोडून पुढे जाईन म्हणतो... की तुम्ही नंतर येता? पण मला कुलूप लावायचं आहे." सगळे प्रश्न विचारत आणि स्वतःच उत्तरं देत सदाफळ बोलत राहतो.

किती बोलतो हा माणूस!...अनूला वाटतं.

"नाही, निघूच आपण." ती म्हणते. पण दाराबाहेर पडताना भाडेकरूंपैकी कुणी थांबवतं. चहाचा कप हाती घेत ती कृतज्ञतेनं बघते. चहाचा कप देताना ती बाई विचारते, "आमचं काय करायचं ठरवलं? घर विकणार आहात नं? आम्ही घराला वेळोवेळी पैसे लावले..."

ती गोंधळून सदाफळकडे पाहते.

"बघू. मी येईन पुन्हा. अजून घराला चांगली किंमत आली नाही."

तो मोघम सांगतो आणि निघायची घाईच करतो. थोडं अंधारून आलंय. ढग माथ्यावर ओणवं होताहेत. पाऊस पडेलही. ती वर आभाळाकडे बघते. जीप सुरू होते. शाळेच्या गल्लीतून जीप घ्यायला लावते. सदाफळ चांगलीच कटकट करतो. मग जीपमधून न उतरताच ती शाळा पाहते. तिचं हायस्कूल-शाळा नुकतीच सुटत असते. शाळेचं आवार मुलामुलींना भरून जातं. शाळेच्या जिन्यावरून ती पडली होती. कपाळाच्या भारावर किती दिवस खूण होती! तिचा हात नकळत कपाळाकडे जातो.

सदाफळची घाई सुरूच राहते. एकदाचा तो त्यांना प्लॅटफॉर्मवर आणून सोडतो. आणि उगाचच जरा थांबून निरोप घेऊन टाकतो. त्याच्या घाईचं अनूला हसूच येतं. अंजनही खांदे उडवून हसतो. प्लॅटफॉर्म अजूनही संथ सुस्त असतो. गर्दी अगदीच तुरळक, गाडी दीडची, दोन तास लेट झाली आहे. हलकंसं वारं सुटतं. ते ओलं-गार आहे. ढग आता सैरावैरा होत नाहीत. नजर खाली घेताना तिला दिसतं, की कुणी तिच्या दिशेनं येतंय. जरा जवळ आल्यावर कळतं,   डॉ. गोवर्धन!

"तुम्ही?" ती चकित होते.

"मी येईन म्हणालो होतो."

"हो." तिला खूप बोलायचं आहे, पण सुचत नाही. त्यांनाही बोलणं सुरू करता येत नाही. जरा वेळानं ते म्हणतात. "तुम्ही येऊन गेलात हे बरं झालं. ताराची तशी इच्छा होती."

ताराची? तीच संकोचून खाली अंगठ्याची नखं बघते; पण तिला बरं वाटतं. त्या दोघांमधलं नातं तिला ठाऊकच आहे, अशासारखा तो उल्लेख! जाणीवपूर्वक नाही, पण सहजच होतो. थोड्या वेळाचा संकोच जाऊन ती प्रसन्न हसते.

"तुम्ही होता शेवटी काकूंजवळ?" ती धीर करून विचारते. त्या प्रश्नाचं काही वेगळं उत्तर तिला अगदी नको असतं.

"हो. रात्रभर होतो. कावेरी बोलवायला आली मग मी थांबलोच. पहाटे तारा गेली." ती निःश्वास टाकते.

"शेवटी फार हाल झाले का?"

"नाही. मी पोचलो तर कोमातच जात होती. मग मीच हॉस्पिटल वगैरे टाळलं. हालच ते शेवटी."

"म्हणजे शेवटी काही बोलणं नाही झालं!" प्रश्न विचारून अनू थांबतेच. कोणतं बोलणं व्हायला हवं आहे आपल्याला? तो क्षण काही वेगळं बोलण्या-समजण्याचा थोडाच होता? महत्त्वाचं होतं ते डॉक्टर गोवर्धनांचं त्या वेळी तिथं असणं! बस्स!

पावसाचा एक टपोरा थेंब हातावर पडतो. मग थेंब वाढतात. ते उगीचच घाम पुसतात. म्हणतात, "पाऊस यायला हवा आहे."

पाऊस जरा वाढतो. "हो." ती म्हणते. लहान मुलासारखे दोन्ही हात पसरते.

"मुलं काय शिकतात? मोठी असतील नं?" ते विचारतात.

ती एकदम स्तब्ध होते; पण डॉक्टरांना सांगणं ती टाळत नाही.

शांतपणे म्हणते, "मुलं नाहीत आम्हाला."

तेही थोडे गोंधळतात. मग म्हणतात, "हरकत नाही. हरकत नाही. तुमच्यासारखी माणसं तिथंच थांबून राहत नाहीत."

मग ती एकदम मोकळी होते. दूर उभ्या असलेल्या अंजनला बोलावते. ओळख करून देते.

"हे डॉक्टर गोवर्धन. ताराकाकूंचे... मित्र." ती जरा घुटमळत सांगते. अंजनचा हात हातात घेऊन डॉक्टर तो हलवतात आणि दोघांना म्हणतात, "या पुन्हा." आणि जायला वळतात. त्यांचे 'या पुन्हा' हे दोन शब्द ती पुन्हा स्वत:शीच उच्चारते. जणू ते गाव म्हणते आहे तिला– ये पुन्हा.

...आता एकदम अंधारून येतं. वीज जशी आभाळ फुटून बाहेर येते! कानठळ्या बसतात. पाऊस आता नुसता पडत नाही. कोसळायलाच लागतो. बेफाम, बेलगाम, त्यात सुसाट वारं. दोघं जाऊन शेडमध्ये उभे राहतात. वाऱ्यानं पाऊस जास्तच अनावर होतो. ते शेडही नावालाच जणू उभं असतं... अनू पाहते, की डॉक्टर गेले की पावसात सापडले... तर दिसतात डॉ. गोवर्धन शेडच्या दुसऱ्या टोकाला. स्टेशनच्या गेटशी पाठमोरे. गाडी अजून तासभर लेट होते. कदाचित अजूनही होणार असते. आणि ते छोटंसं किरकोळ मवाळ स्टेशन या प्रलयाच्या पाण्यात भिजत उभं असतं... केव्हातरी येणाऱ्या गाडीची वाट पाहत.

साप्ताहिक सकाळ १९९८ दिवाळी

■

लग्न

〰〰〰〰〰〰〰

बसमधून दोघी उतरल्या तेव्हा संध्याकाळ झाली होती. दूर कुठेतरी आकाशातून पक्षी खाली उतरत होते, बहुधा विसाव्याला. डोंगरामागे लालभडक सूर्याचा गोळा केशरी पिवळा होत चाललेला. त्या प्रकाशात आसमंतातले हिरवेपण सामावून बसलेले. एवढे सगळे लक्षात येईतो बस निघून गेली. आपण दोघीच त्या स्टॉपवर उतरलो हे रेणूच्या लक्षात आले आणि तिला एकदम आठवले. हीच वेळ आपण शुक्रवारी संध्याकाळी बसमधून उतरायचो. कदाचित इथेच... तिने मुलीकडे पाहिले. ती अजूनही कुतुहलाने इकडे तिकडे पाहत होती. ते लहानसे गाव फार सुंदर होते. याच्या खुणा तर गाव जवळ येताच दिसल्या होत्या. दोन्ही बाजूला गर्द झाडी. रस्त्यावर झुकलेल्या झाडांच्या कमानी... अजूनही म्हणजे पावसाळा संपून गेल्यावरही खळखळ आवाज करत वाहणारा तो ओढा....

रेणूनं घ्यायला जीप आली की नाही हे पाहिलं. ''अजून जीप पाठवलेली दिसत नाही.'' रेणू नयनला म्हणाली.

''पण जीप येईल का नक्की?'' नयननं विचारलं.

''पायी जायचं?'' नयन बेफिकिरीनं आईला म्हणाली. रेणूनं आपल्या तरुण मुलीकडे पाहिलं. चंद्रकान्तबरोबर किती वेळा तरी पायी गेलो आहे! रमत गमत...

''किती सुंदर रस्ता आहे! चालायला लागू.'' डावीकडे वळलेल्या झाडांनी दाटी केलेल्या नागमोडी पायवाटेकडे पाहत नयन म्हणाली.

''इतक्या वर्षांत ही पायवाट बदललीच असणार. ती माझ्या सरावाची राहिली नाही. जीपचा रस्ता लांब असेल.'' रेणू म्हणाली.

''वाट पाहण्यापेक्षा जीपच्याच रस्त्यानं चालायला लागू. जीप भेटेलच वाटेत.'' रेणूनं मुलीच्या विश्वासाकडे हुरूपानं पाहिलं. तीही अशीच तर होती! अठ्ठावीस

वर्षांपूर्वी! ओतप्रोत भरलेला सळसळता आत्मविश्वास– त्याचंच टोक पकडून चंद्रकांतबरोबर पळून गेलो. न सांगता लग्न केलं. ते पत्रानं कळवून दिलं. खालच्या जातीतल्या माणसाशी लग्न केलं म्हणून त्यावेळी गहजब उडाला. चंद्रकांत शिकतच होता कॉलेजमध्ये. त्याला पण काही कठीण वाटलं नाही. त्याच्या घरी तर जास्तच गदारोळ माजला. त्याचे आजोबा, वडील चांभार होते. आपल्या मुलानं काहीतरी आक्रित केल्यासारखं ते लोक घाबरून गेले. चंद्रकान्त शिकला. शिकत गेला. डॉक्टर झाला. खूप चढउतार झाले. पण ज्या विश्वासाचं टोक पकडलं ते सुटलं नाही. घर मात्र तुटलं, पहिला मुलगा झाला तरीही कुणाचा राग शमला नाही. तिच्याकडं ती एकटीच होती. एकुलती एक. घर व्युत्पन्न होते. मोठे काका कीर्तनकार होते. वडिलांचाही संस्कृतचा व्यासंग होता. त्या गोष्टीचा दर्जा त्यांनी दुसऱ्या कशालाही, कुणालाही दिला नाही. चंद्रकान्तकडे सातआठ बहिण-भावंडं होती. ते तिला आवडायचं.

आता आपण कुठल्या ओढीनं गावी जात आहोत! कशाकरता! फक्त विश्वनाथचं पत्र आलं म्हणून! साताठ महिन्यांपूर्वी दादा गेले. आई तर त्यापूर्वीच. ते गेले तेव्हा विश्वनाथनंच कळवलं. झोपेतच गेले. आलो होतो तेव्हा. पण कुणी बोललं नाही. काका, काकू, चुलत भाऊ बहिणी कुणीही. तीन दिवस थांबून परतलो. नाहीतरी मुलीला माहेरचं सुतक तीनच दिवस असतं म्हणे...! आता पुन्हा विश्वनाथचं पत्र आलं. घर, शेती तिच्या नावावर झालं आहे. त्याचं काय करायचं! एकदा ये. सोनक वकिलांनी सगळे कागद पाठवलेच होते! काय करायचे होते! विश्वनाथचे पत्र आले तेव्हा चंद्रकान्त म्हणाला "जाऊन ये." मग तिलाही वाटलं. मग एकदा तो विचार मनात आल्यावर ओढ जशी रक्तातूनच उफाळून आली. ते डोंगर, ती दाट झाडी, ओढा– नंतर जशी काही त्याचीच झालेली नदी. दादांकडे औषध घ्यायला माणसं यायची ती पडवी, आई पायाचा रेटा देऊन झोका घ्यायची तो झोका. त्यावर आईसोबत तिने म्हटलेल्या कविता... सगळे मनात दाटून भरून आले. नयनला– मुलीला घेऊन ती निघाली. तिनेही तिचे लग्न जमवले होते. तीही डॉक्टर झाली होती. लग्न होऊन दूर जायचीच होती. रेणूने म्हटलं, चल माझ्याबरोबर, पाहा माझं गाव, माझ्या गावची नदी, डोंगर... मी ज्या मातीत वाढले ती माती...

जीपच्या रस्त्यानं दोघी चालायला लागल्या. चालता चालता रेणू म्हणाली,

"त्या पायवाटेनं मी आणि तुझे बाबा जात होतो. थोडं अंतर एकत्र, मग कोणाला संशय येणार नाही असं वेगवेगळं. दर शुक्रवारी संध्याकाळी. मग पुन्हा रविवारी रात्री. नाहीतर सोमवारी सकाळी. तसेच इकडून वेगवेगळे. मग बसमधे एकत्र. दीड तासाचा बसचा रस्ता. मी शहरात मावशीकडे राहायचे. चंद्रकान्त खोली घेऊन. तीन मित्रांसह... आता तूही त्याच वाटेनं निघालीस..."

"पण काळ बदलला आई" दोघी थोडा वेळ नि:शब्द चालल्या. डोंगरामागे दरीत सूर्याचा केशरी गोलाकार हळूहळू शिरत होता. ओढ्याचा खळखळ आवाज येत होता. ताज्या प्रवाही पाण्याची ही खळखळ किती दिवसांनी ऐकली! रेणू मधेच थबकून नयनला म्हणाली, "तुझी आजी या ओढ्याला उद्देशून एक कविता म्हणायची नयन!" नयननं रेणूकडं पाहिलं.

खळखळखळ ऐसा शब्द होतो जलाचा
दुरून कळत नाही अब्धिचा की नदीचा.
वरून उठती लाटा पर्वताच्या समान,
भरुनीही जल वाहे दो थडीच्या मधून.

चालता चालता रेणू थबकली... हे असे आयुष्याचे रूप, समुद्र म्हणावे तर पाणी दोन थडीच्यामधून वाहते. नदी म्हणावे तर पर्वतप्राय लाटा उठताहेत... चंद्रकान्तशी लग्न करायचे ठरवले तेव्हा साधासा टीचभर ओढाच तर होता! मग त्याचा एक मोठा प्रवाहच झाला. खोल भोवरे असलेला आणि अथांग. पलीकडले क्षितिजही न दिसणारा समुद्रच मध्ये उभा राहिला. आकाशात पतितं तोयं यथा गच्छति सागरं– आकाशात पडणारे सगळे पाणी जसे सागराकडे जाते. सर्व ओहळांची ही एक दिशा निसर्गाला जमली. माणसाला नाही. कधीतरी चंद्रकान्तला हे बोलून दाखवले तेव्हा तो सहज म्हणून गेला. "हे समजून सांगणारे तुम्हीच लोक होता. पण तुम्ही ते समजून घेतले नाही आणि कुणाला समजू दिले नाही. प्रत्येक ओघ वेगळा वेगळा म्हणता म्हणता ओघ पाहणेच संपून गेले. डबकेच बनले मग..." सूर्य आता पार डोंगराआड गेला. अंधार पडायला लागला आणि समोरून धुरळा उडवत जीप दिसली. समोर गायी, गायींमुळे जीपचा स्पीड कमी झाला. देशमुखांचा विश्वनाथ उतरला. "सॉरी हं उशीर झाला. आज बसचा सकाळपासून पत्ता नव्हता. आता ही एकदाच आली आज. मी एकदा येऊन गेलो."

"हरकत नाही. पायवाट बदलली पण रस्ता तर तोच आहे!" रेणू म्हणाली. जीपमधे बसत.

"तू-तुम्ही यायचे ठरवलेत हे चांगले केले."

"तूच म्हटले तरी हरकत नाही" ती म्हणाली. विश्वनाथला तिच्याशी लग्न करायचे होते हे आठवले.

"तुम्ही इथेच असता?" ती विचारतानाच थांबली. विश्वनाथ एअरफोर्समध्ये गेला. वीस वर्षांनतर रिटायरमेंट घेतली. शहरात बंगला आहे. मुलं तिथे शिकतात. आठ-पंधरा दिवसांनी इथे येतो... त्याच्या पत्रात होतं...

"तुझ्या घराची अवस्था बघवेना म्हणून मी लिहिलं. शेतीचंही काय करायचं हा प्रश्न होता. पत्र लिहिलं तेव्हा तुझ्या येण्याची खात्री नव्हती. पण तुझं येण्याचं पत्र

आलं तर बरं वाटलं. ठरवलं तरी सगळंच पुसून जात नाही.''

रेणू अस्वस्थ झाली. ''ही मुलगी?''

''ही... नयनही डॉक्टर झाली ना?''

''हो यंदाच.''

''तुलाही कॉलेजमध्ये सिनिअर पोस्ट मिळाली नं!''

''हो.''

''दादासाहेब सांगायचे सगळं.''

''दादा बोलायचे माझ्याबद्दल?''

''हो नंतर नंतर म्हणजे काकू गेल्यानंतर. सारखं तुझ्याबद्दलच बोलायचे.''

''ते आले पण नंतर तुझ्याकडे?''

''हो.'' त्यांनी स्वत:ला जे सोपं वाटलं ते केलं. कठीण टाळलं. तिला वाटलं.

''तुझा मोठा मुलगा?''

''सिव्हिल इंजिनिअर झाला.''

''तो कुठे लांब आहे नं!''

''हो. चंदीगढला.''

त्यानं चंद्रकान्तबद्दल काही विचारले नाही. आता डाव्या बाजूला डोंगरापलीकडे नदीचे सावळेसे पात्र पाण्यावर उगवलेल्या चंद्राच्या प्रकाशात दिसले.

''आई, एकदम नदीच होऊन समोर आला तो ओढा!'' नयन म्हणाली. विश्वनाथनं त्याच्या वाड्यापाशी जीप थांबवली.

''तुझं घर राहण्यासारखं नाही. तसं साफ केलेलं आहे पण... रात्री माझ्याकडेच... माझी पत्नीही आली आहे,'' तो म्हणाला.

संध्याकाळच्या सावल्या घेरून वेढून तिचे शेजारचे घर होते. बंद. या घराची अशी बंद कल्पना तिने केली नाही कधी. भले गवताचे पुंजके वाढले असतील. जुने जास्वंदीचे झाड असते तर बेशिस्त घरावर चढते. घोसाळ्याचे झाड वाळले असेल. लिंबाला लिंब येणे थांबले असेल. हे सगळे बदल स्वीकारूनही हे घर तिने उघडेच पाहिले होते. जसे पूर्वी होते. दादा लोकांना औषधं द्यायचे ती पडवी सदैव उघडी, खुली हवी होती तिला. दादा शेती करत आणि ही औषधं फुकट देत झाडापाल्याची, कोरफडीची. घरात ग्रंथ होते. दादांचे वाचन चांगले. संस्कृतचा व्यासंग होता. आई तालुक्याच्या शाळेत शिकवायची. जाणे येणे करायची. रोज ती संध्याकाळी शाळेतून घरी आल्यावरही आई आलेली नसली तर तिला फार उदास वाटायचे...

विश्वनाथची बायको खूप मोकळी होती. फॅशनेबल होती. पण नयन इथे आल्यावर नाखुष झाली. परकी माणसं, परके घर, वाटेतला अंधार, वाड्याचे जुनाटपण. उतरलो तेव्हाचे डोंगर, ते हिरवेपण अंधारात कुठे नाहीसेच झालेले.

"तुम्हाला नॉनव्हेज चालते नं?" विश्वनाथच्या बायकोने विचारले.

"नाही, मी पूर्णपणे शाकाहारी आहे. नयनला चालते, पण नकोच."

विश्वनाथने आश्चर्याने रेणूकडे पाहिले. इतकी वर्षं चंद्रकान्तसारख्याच्या घरात राहून शाकाहारी कसं राहता आलं असं!

जेवताना रेणू एकदम म्हणाली, "घर विकायचं कशाला! काय विकलं जाईल! लाकडालाच किंमत येईल नं फक्त! त्यापेक्षा मेन्टेन्सला लागेल तो खर्च मी..." ती थोडी थांबली, आपण या हिशेबाच्या गोष्टी विश्वनाथशी करतो आहोत या जाणिवेनं. काहीशी शरमून. मग विश्वनाथच्या पलीकडे पाहत ती विश्वनाथला म्हणाली, "शेती तुम्हीच घेतली तर! पैसे काही एकरकमीच हवेत असं नाही. एक वेळ होती, की पैशाची फार निकड होती... पण आता?" विश्वनाथने खाली पाहिले. ताटाकडे. तो गेला होता एकदा रेणूकडे. त्याला सगळे माहिती होते. "तू जसं म्हणशील तसं. मी शेती घेऊ शकतो. पैसेही एकरकमी देईन. जो भाव असेल.." तो बोलताना थांबला. या निर्व्याज मुलीशी कसला हिशेब. कसली शेखी मिरवायची! आपण एकरकमी पैसे देऊ शकतो याची! तिला तर कसलेच मोह नाहीत!

"तू घरी चंद्रकांतला विचारून कळवले तरी चालेल."

"तशी गरज नाही." रेणू म्हणाली.

"तू, जाई, तिघी इथे खाली झोपा. चालेल ना?" विश्वनाथने विचारले.

"नयन झोपेल इथे... पण मी घरी झोपले तर चालेल! पडवीतच झोपेन. साफ घेते करून."

"घर साफ केलंच आहे. तो प्रश्न नाही. पण फॅनचं कनेक्शन नसेल. डास असतील. लाईट म्हणजे बल्बही लागतो की नाही माहीत नाही. म्हणजे रेणू तू तिथे झोपशील असे वाटलेच नाही. सात-आठ महिने घर बंद होतं..."

"मी घरीच झोपते विश्वनाथ. नदीच्या बाजूची खिडकी उघडली की छान हवा येईल. कंदिलही चालेल. काय एक दिवस थांबायचे ते घरीच..."

"व्यवस्था करतो." विश्वनाथ म्हणाला. सगळी सोय झाली. दिवाही लागला. ट्यूब मात्र उघडझाप करत संपली.

"तसं चांदणं आहे. हवाही येते खिडकीतून." तो म्हणाला. "घर सारवून घेतलेले दिसते. गवताचे पुंजकेही नाहीत."

"हो." विश्वनाथ म्हणाला, "सारे साफ केले तुझ्याकरता." दादा घराला फरशी बसवणार होते; पण आपण त्यापूर्वीच... नंतर दादांनी फरशी बसवलीच नाही... विश्वनाथ अजून थांबला होता. घुटमळत होता. त्याने एक पत्रांचा गठ्ठा दिला. "ही पत्रं आहेत. व्यवस्थित ठेवली होती. विठाबाईंनी मला दिली. दादा गेले तेव्हा उशाकडेच होती. म्हणाली दादांच्या वेळी तू आलीस तेव्हा देता आली असती. पण तुझ्याकडे

प्रत्येक जण कसा वेगळा बघत होता. वेगळंच वागत होता. मला त्यावेळी जमलं नाही देणं... दादांची पुस्तकं सगळी केशवशास्त्री घेऊन गेले.''

रेणूने थरथरत्या हातांनी ती पत्रं घेतली.

''दादासाहेब फार हट्टी होते नाही गं!'' विश्वनाथ म्हणाला.

''असतात एकेक पीळ'' ती म्हणाली.

''तू हे अगदी काकूंसारखंच म्हणतेस.''

''हो!'' ती हसून म्हणाली.

''दादासाहेबांना म्हटलं मी. थकला आहात तर रेणूकडे जाऊन राहा. नाहीतर तिला बोलवा. चार दिवस. तर नाहीच म्हणाले.''

''आवश्यकता नाही असं म्हणाले असतील, हो ना?'' ती हसून म्हणाली पुन्हा.

''हो तो शब्द त्यांच्या तोंडात होता. एकदा मी म्हटले खोकला आहे. ढास लागते. गार पाण्याची आंघोळ बंद करा. तर म्हणाले, 'तशी आवश्यकता नाही.' ''

ती हसली. विश्वनाथही. विश्वनाथ गेला. झोपायला पाठवलेली बाई पथारी पसरून झोपली. मिनिटात घोरायला लागली. रेणूने पत्रं हातात घेतली. कितीतरी होती. कागद आता चुरचुरा झाला होता. हात लागता लागता फाटत होता. त्या पत्रांचा स्पर्श जणू शोषून घेत तिने खिडकीतून नदीच्या पट्ट्याकडे पाहिले. एक वाहते वळण अस्पष्टसे दिसत होते. खिडकीत उभे राहिले तर पूर्ण दिसेल... या वाहत्या पाण्याचा स्पर्श नाही. किती दिवस झाले. रेणूने पत्रं उघडली. दिव्याचा उजेड अपुरा वाटला. मग कंदिलही लावला. एक दोन-चार पत्र निजून वाचली. मग मात्र ती उठूनच बसली... पत्र तिच्यासंबंधीच. घटना तीच एकमेव. त्या काळातले तिचे तसे पळून जाऊन लग्न करणे. खालच्या जातीतला मुलगा. पत्रात रेणूला नाव होते. पण चंद्रकान्तला त्याचे नाव नव्हते. नावाच्या जागी त्याची जात होती. त्याची खालची जागा होती. तो कुठेच नव्हता. होता तेव्हा एकटा नव्हता. तो जणू त्याच्या सगळ्या जातीचे प्रतिनिधित्व करत होता... रेणूने एकेक पत्र घेतले.

सावनेर

ता.

ती. स्व. दादासाहेबांना सा. न.

चि. रेणू पळून गेल्याचे कळले. त्या पोराबरोबर लग्नही केले असे समजते. आपल्या सात पिढ्या बुडाल्या म्हणायच्या. मी दिवाळीला आले होते तेव्हाच मला तिचे लक्षण ठीक नव्हते वाटले. तिचे लग्न करून टाका म्हणून मी सुचवले होते. माझ्या मुलालाच दिली असती. आते घरी सून. पण तुम्हाला कमी शिकलेला मुलगा नको होता. वहिनीचे तर घरात लक्षच

नसते. तिचे शाळेत येणे जाणे तेवढे महत्त्वाचे. नोकऱ्या करायच्या तर आम्हालाही करता येत होत्या. पण आम्ही संसार संभाळला. तुम्हाला पुष्कळ महत्त्वाचे उद्योग आहेत तेव्हा हे होणार होतेच.

तुझी
सौ. बकुल

काटोल
ता.

श्रीमान दादासाहेब यांस,

अ. आ.

पत्र पाठवणार नव्हतोच. पण आमचा पक्ष पडला मुलीचा. तुम्हाला मुलगी देऊन बसलो. म्हणून आज ही वेळ आली. सुनंदाची आई म्हणाली म्हणून केवळ हे लिहितो आहे. पोरगी पळून गेली. चांभाराबरोबर. आपण मुलीला स्वातंत्र्य दिले. आमच्या मुलीलाही नोकरी करायला लावली. तालुक्याला रोज येणे जाणे. मुलगी काय करते हे बघायला वेळ कुठला. आपण मुलीला, बायकोला स्वातंत्र्य दिले ते भोवते. स्वातंत्र्याचा अर्थ न कळता मिळालेले हे स्वातंत्र्य... शेवटी असे घातक ठरले. व्युत्पन्न कीर्तनकाराच्या घरात मुलगी देताना असे होईल असे चुकून वाटले नाही. इत:पर सुनंदाला माहेर तुटले म्हणून समजावे. आम्ही अद्याप आमचा धर्म राखून आहोत.

आपला
तात्या

नागपूर
ता.

चि. दादाला अ. आ.

चि. रेणू पळून गेली. त्या खालच्या जातीच्या पोराबरोबर हे कळले. मती कुंठित झाली. आता कीर्तनाला उभं राहताना पायाखालची जमीन सरकेल. टाळ हातात धरताना हात कापतील. कीर्तनकाराचे घर समाजाभिमुख असते. असायला हवे. फार धक्का बसला.

तुझा
केशव

वणी
ता.

चि. सौ. सुनंदाला अ. आ.

चि. रेणू त्या पोराबरोबर पळून गेली हे तात्यांकडून समजले. इतकी मजल जाईतो तुम्ही काय करत होता! श्री. दादासाहेबांनी इतरांचे आरोग्य पाहिले, पण स्वत:च्या मुलीचे नाही. तू शाळेत शिकवतेस, पण तुला आपल्या मुलीवरच काही संस्कार करता येऊ नये याचा खेद होता. एकवेळ तो देशमुखांचा विश्वनाथही चालता. कुणबी तरी बरा. पण ही म्हणजे खालचीच जात. तात्या-आईला आता म्हातारपणी घोर! पोरांना यासाठी जन्म द्यायचा असतो! आमच्या शाळेच्या स्नेहसंमेलनासाठी तुला बोलावले होते. तुझ्या कविता प्रसिद्ध होताहेत. त्याने तू सगळ्यांसमोर होतीस. पुन्हा माझी बहीण म्हणूनही. पण आता कार्यकारिणीचा विचार बदलला आहे. नीताही मोठी होते आहे. तिचे लग्न आता वेळेवारीच करून द्यावे लागले. अमोलचेही चंदीगढहून पत्र आले. त्याला तर फार धक्का बसला. रेणूसारख्या चांगल्या घरच्या मुलीचं हे असं व्हावं!

तुझी
सौ. ताई

चंदीगढ
ता.

ती. स्व. सौ. सुनंदामावशीस सा. न.

चि. रेणूने त्या तशा मुलाबरोबर लग्न केले हे आईकडून कळले. इतके सगळे होईतो तुम्ही लोक स्वस्थ कसे बसला! इथे रेणूकरता मीही काही मुलं पाहून ठेवली होती. आपल्या घरच्या मुली त्या लोकांच्या घरात जाऊ द्यायच्या म्हणजे! त्या लोकांची फूस असणार! रेणू आपणहून असं करणं शक्य नाही. अजूनही वेळ गेलेली नाही. तिला जाऊन घेऊन येऊ. तू सांग. म्हणशील तर येतो मी.

तुझा
अमोल

परभणी

ता.

प्रिय दादाला,

तुझी रेणू पळून गेली. तिने एका खालच्या जातीच्या मुलाबरोबर लग्न केले, याबद्दलचे तुझे पत्र मिळाले. तुझ्या पत्रावरून तू फार हादरून गेलेला दिसतोस. आकाशच कोसळून पडले असे तुला वाटते आहेसे दिसते. सौ. सुनंदावहिनींनाही असेच वाटते का? त्यांनी थोडं वेगळ्या तऱ्हेने घेतलं असेल तर बरं. त्या या एकूणच गोष्टीकडे वेगळ्या बाजूने बघतील आणि एकादेवेळी तुलाही बघायला लावतील असं वाटतं. तुमचा फक्त वैयक्तिक संदर्भ घेतला तर ही गोष्ट व्हायला नको, असे तुम्हाला वाटणे साहजिक आहे. कारण काही घटनांचा विचार आपण करून ठेवलेलाच नसतो. तसा करण्याची वेळच नसते आलेली आणि ती जेव्हा येते, तेव्हा अनपेक्षित धडक बसण्यापलीकडे आपल्या हातात काही नसतेही. पण जरा वेगळा विचार केला, थोडं पुढं जाऊन पाहिलं तर...!

मी त्या मुलाला पाहिलं. बसमध्ये रेणू आणि तो बसले होते. दोघं बोलत होते. ते बोलणं उथळ नव्हतं. विषय नवे चांगले होते. रेणूचं माझ्याकडे लक्ष गेल्यावर ती उठून माझ्याकडे आली. तिच्याबरोबर मी त्या दिवशी तुझ्याकडे आलो. सोमवारी पुन्हा बसने तिथं गेलो. यावेळी रेणूने त्या मुलाशी माझी ओळख करून दिली. ती दोघं कॉलेजच्या स्टॉपला उतरली. तुझ्या पत्राने मला हे सगळं स्ट्राईक झालं. तो मुलगा मला गंभीर आणि चांगला वाटला. मी पाहिलं त्यावेळी तू म्हणतोस तसा जातीचा शिक्का मला त्याच्यावर दिसला नाही. तो आपलाच वाटला. जात काही कुणाच्या चेहऱ्यावर कोरलेली नसते. हे असे अभिसरण व्हायला हवे दादा. आपली शक्ती याच्या विरोधात खर्ची पडायला नको. या पथातील जळमटे, कच्चे धागे काढून टाकण्याकडे त्याचा उपयोग व्हायला हवा. तुझ्या आजोबांनी तुमच्या घराच्या तळघरात इंग्रजांच्या काळात शस्त्रं लपवली होती आणि क्रांतिकारकांना राहायला जागा दिली होती हे तूच मला किती वेळा सांगितलेस. त्या तळघराची बंद दार उघड. तिथली जळमट काढ. तिथे एक खोल श्वास घेऊन पाहा.

सौ. सुनंदा वहिनींना स. न.

तुझा

भाऊराव

परभणी

ता.

सौ. सुनंदा वहिनींना स.न.

तुमचे पत्र वाचून वाईट वाटले. मी यावेळी तुमच्या बाजूने उभे राहण्याऐवजी नुसता कोरडा उपदेश करतो आहे. मी लग्न केले नाही. मला मुलाबाळांचा, संसाराचा अनुभव नाही. शेजारच्या घरूनच सुधारणेची सुरुवात करण्याइतका मी उथळ आहे, म्हणून या अभिसरणाच्या गोष्टी मला सुचतात, असे दादाने मला पत्रात लिहिलेच आहे. माझ्या पत्राने तो तुमच्यावरच बरसला याचे मात्र आश्चर्य वाटते. मी पाण्यात उतरून भिजलोच नाही आणि फुकाच्या चार गोष्टी सुनावतो हे तर खरेच. पण मी व्याख्यानाच्या निमित्ताने गावोगावी जातो. तेव्हा विविध माणसांशी माझा संबंध विविध स्तरावरून येत असतो, म्हणून मला हे सांगावेसे वाटले. माझ्या मुलीने असे केले असते तरी मी हाच विचार करण्याचा प्रयत्न तरी केला असता. अखेर आपण स्वत:ला अनेक घटना, परिस्थितीतूनच पाह्यचे आणि जोखायचे असते हेच खरे. पण दादानं माझ्याशी इत:पर संबंध ठेवायचा नाही असे ठरवले म्हणता याचा मात्र फार खेद होतो. मी येईन तेव्हा प्रत्यक्षच बोलता येईल.

आपला

भाऊराव

परभणी

ता.

सौ. सुनंदा वहिनींना स.न.

मी रेणूकडे जाऊन आलो. दोघं गोंधळली आहेत. एवढे रान चहूबाजूंनी उठले, त्यानं बावरली आहेत. पण आपल्या निर्णयाशी स्थिर आहेत. नोकरी संभाळून शिक्षण सुरू आहे. रेणूनंही पार्टटाईम नोकरी घेतली म्हणाली. कुठली ते सांगितलं नाही. मीही खोलात शिरलो नाही. संसार ओढघस्तीचाच दिसला. पण सुखी होतील असे वाटले. मी पैसे देऊ केले. परत करा म्हणालो. पण घेतले नाहीत. माझ्याबद्दल विश्वास बाळगा असे तुमचा जावई म्हणाला. विश्वास ठेवायला काय हरकत आहे? किती खोट्या गोष्टींवर विश्वास ठेवत जातो आपण! ही निदान खोटी तर नाही! तिचे खरेपण कळायला काळ जावा लागेल. पण मुलांना एकटं पाडू नये. या लग्नाने दोन भिन्न प्रवाहांचे अभिसरण व्हायला हवे. आपल्या सात पिढ्या शिकल्या. आपल्यावर वाचनाचे संस्कार झाले.

तुमच्या जावयाकडे शिकणारी त्याची, त्याच्या भावंडाची कदाचित पहिली पिढी. आपल्यात सामावून घ्यायचे असते जे समृद्ध बलवन्त आहे त्यांनी. जो पूर्वसंस्कारांनी, संचितानी मोठा झालेला आहे त्यांनी. दादाला सांगा, म्हणावं राग सोड. मी कोण! तुमच्या नात्याचा ना गोत्याचा. पण आपली इतक्या वर्षांची मैत्री... तिला स्मरून तरी...

आपला
भाऊराव

परभणी
ता.

प्रिय दादा,
तुझे संतापून चिडून लिहिलेले पत्र मिळाले. तू माझ्याशी सर्व संबंध तोडत आहेस. याउपर सुनंदा वैनींनाही माझे पत्र यायला नको, हे तू लिहिलेले वाचून सुन्न झालो. तुझी मर्जी.

तुझा
भाऊराव

परभणी
ता.

सौ. सुनंदा वहिनींना
हे पत्र तुमच्या शाळेच्या पत्त्यावर लिहितो आहे. दादाला घरी आवडणार नाही म्हणून. एवढ्यात तुमच्या कविता कुठंच वाचल्या नाहीत. या एवढ्या घटनेने तुमचे सगळे जग बदलून टाकू नका. हे सांगण्यासाठीच हे पत्र.

आपला
भाऊराव

काटोल
ता.

चि. सौ. सुनंदा अ.आ.
यांच्या नकळत तुला पत्र लिहिते आहे. उत्तर मनू मावशीकडे पाठव. मी तिथेच जाऊन घेऊन येईन. यांनी डोक्यात राख घालून घेतली. मुलीला माहेर तुटले असे लिहून मोकळे झाले. पण असे तोडू म्हटल्याने तुटते का? आम्हा बायकांना असे नाही तोडता येत. रेणूला अंतर देऊ नको. नवऱ्याचे

सगळेच नसते ऐकायचे. पोरीचे चुकले असेल पण लग्नच केले न पळून जाऊन! काही वेगळे अगोचर तर नाही न करून बसली! आणि सगळा चिखल जरा खाली बसला की तिला भेटून ये. अगं मुलीलाच घराचे दार बंद करायचे तर आपणही त्या घरात इतकी वर्षं काढली त्याचे काय! बहिणाबाईंनी नाही का सांगितले की लेकीला माहेर मिळावे म्हणून फक्त आपण सासरी राहतो! नाहीतर आपण पेरलेले तिथे काय उगवते! स्वतःला जप. श्री. दादासाहेबांना अ.आ.

तुझी
सौ. आई

श्रीमती सुनंदा देवपुजारी यांस,
आपण नूतन कन्या विद्यालयात आज पंधरा वर्षं शिकवत आहात. या विद्यालयाचे धोरण आपल्याला सर्वतोपरी विदित आहेच. आपल्या भोवती सध्या जनमताचा जो प्रवाह उठला आहे, त्यातले गांभीर्य आणि सत्यता लक्षात घेता आपल्याला यापुढे शाळेच्या सेवेत रुजू करता येणे कठीण वाटते. आपण राजीनामा द्यावा. हे सांगण्याकरताच हे पत्र.

कळावे,
ल.स. महादेवकर
मुख्याध्यापक
(नूतन कन्या विद्यालय)

श्रीमती. सुनंदाबाईंना स.न.
तुमचे पत्र मिळाले. तुमचा सगळा युक्तिवाद तत्त्वतः बरोबर आहे. तुमची इतके वर्षांची सर्व्हिस निष्कलंक व चोख असताना तुमच्या मुलीच्या संबंधातली ही पूर्णतः वैयक्तिक घटना दूरान्वयानेही तुमच्या शाळेतल्या सर्व्हिसशी संबंध दाखवत नाही, हे तुम्ही लिहिलेत. पण लहान गाव त्यातही मुलींची शाळा. तुम्हाला काढण्यासंबंधी पालकांची पत्रं आली आहेत, त्यांना आता आपल्या मुली शाळेत पाठवणे सुरक्षित वाटत नाही. शेवटी आपण सगळे एका सर्वमान्य व्यवस्थेचेच तर बळी आहोत! त्यात तुमच्या मुलीचे असे लग्न ही घटना फक्त वैयक्तिक म्हणून अपवाद करता येत नाही. तुम्ही राजीनामा द्यावा हेच श्रेयस्कर.

आपला
ल. स. महादेवकर

श्रीमती सुनंदाबाईंना स. न.

तुम्ही राजीनामा दिलात. आमचे काम सोपे केलेत, तुमच्यासारखा शिकवणारा हात आम्ही गमवला आहे. याचे दु:ख तर आहेच; पण आमचा नाईलाज आहे.

आपला
महादेवकर

काटोल
ता.

चि. सौ. सुनंदाला अ.आ.

तू राजीनामा दिल्याचे मनूकडे पाठवलेल्या पत्रातून कळले. तू राजीनामा द्यायला नको होता असे वाटते. स्वत:संबंधी आता तुला निश्चित काही ठरवावे लागेल. चि. रेणूचा पत्ता मला कळव. मला तिला लिहायचे आहे.

तुझी
सौ. आई.

काटोल
ता.

चि. सौ. सुनंदाला अ. आ.

तुझी पत्रं इतके दिवस आमच्या पत्त्यावर येत होती पण आता तू इथे पाठवू नको. यांना ते आवडत नाही. एकूण जे झाले ते ठीक झाले नाही. रेणू नलूकडे राहत होती आणि इतकं होईतो तिला काही कळलेही नाही, हे नलूने फार लावून घेतले. तू तिला विश्वासात घेतले नाही असेच ती म्हणते. बाबीत, तुझ्या आईत हिंमत आहे. आपण हात-पाय गाळून कसे चालेल! असे ती म्हणते. पण भांडायचे कोणाशी? स्वत:च्याच माणसाशी नं! पत्र इकडे पाठवू नको. बाबीला वाईट वाटेल. तिचा सगळा जीव तुझ्यात आणि रेणूत गुंतला आहे. तिला या वयात आता हे सहन करावे लागते, रेणूला हे समजायला हवे होते. बाबी म्हणते काळ बदलला आहे. मला नाही वाटत. विरोध करणारी माणसं काही आपले शत्रू नसतात. इकडे पत्र पाठवू नकोस.

तुझी
मनूमावशी

कामाठी
ता.

ती. स्व. दादाला, स. न.

चि. रेणू त्या खालच्या जातीच्या मुलाबरोबर पळून गेली, हे कळले. चूक मुलींची नाही. तुम्हाला तिच्याकडे लक्ष द्यायला वेळ नव्हता. ती कॉलेजात जात होती की काय करत होती! हे कळून घेण्याची इच्छाही नव्हती. आता शंख करून काय उपयोग! सौ. वहिनींना स. न.

आपला
सदानंद

नागपूर
ता.

चि. दादाला अ. आ.

तुझे पत्र मिळाले. माझ्या पत्राचा मतितार्थ तुला कळला नाहीसे दिसते. मदतीला आधीपासून सुनंदा येईल असे तू लिहिलेस. ती आता नोकरीत नाही तेव्हा येऊ शकेलच. पण आजपर्यंत या घरात कुलधर्मसेवा घडली, त्यात अंतर पडू नये असे वाटते. एवढेच नव्हे, तर नवरात्रही मी आणि सदा मिळून मांडू. नवरात्र तुझ्याकडे होते. पण सर्वच विपरित घडले. संबंध तोडायचे नाहीत. दिवाळीला एकत्र येता येईल पण कुळाचाराला तुम्ही यावे असे काही राहिलेले नाही. कुठलाही गैरसमज नको म्हणून पुन्हा लिहितो. श्री. गणपती महालक्ष्मीला येण्याचे कष्ट घेऊ नये.

तुझा
केशव

नागपूर
ता.

चि. सौ. सुनंदाला अ. आ.

तुझे पत्र मिळाले. आपल्या घरात तुला माझ्याबद्दल, माझ्या वाचनाबद्दल फार आदर होता असे तू लिहिलेस. माझ्याकडून तरी तू अशा पत्राची अपेक्षा केली नव्हतीस, हेही रास्तच. तूर्त एवढेच सांगतो की शरीराच्या एखाद्या भागाला गँगरिन झाले तर संपूर्ण शरीराच्या स्वास्थ्यासाठी तेवढा भाग शरीरापासून अलग करावा लागतो. मीही तेच करतो आहे. व्यक्तिशः मलाही

तुझ्याबद्दल जिव्हाळा वाटतो. तुझ्याइतकी शिकलेली वाचलेली बाई आपल्या घरात नाही. पण याचा उपयोग तुला आपल्या मुलीकरता करता येऊ नये. हे दुर्दैव म्हणायचे. तुझ्या कविता नेहमी वाचतो. त्यात जसा एक आक्रमक पवित्रा असतो. तोही मला आवडतो. पण कविता वेगळी आणि रेणूने उचललेले हे पाऊल वेगळे. हे सांगायची तू वेळ आणलीस.

तुझा
केशवशास्त्री

नागपूर
ता.

चि. सौ. सुनंदा अ. आ.

चिडून पाठवलेले पत्र मिळाले. तुझा युक्तिवाद बरोबर असेल पण माझ्यावर त्याचा परिणाम होणार नाही. तू वकिलाचीच मुलगी आहेस, एवढे मात्र कळले. पुन्हा बाकी काही नाही.

आपला
केशवशास्त्री

अचलपूर
ता.

ती. सौ. आईला सा. न.

आम्ही पळून जाऊन लग्न केले याने तिथे हाहाकार उडाला असेल. पण तसे नसते केले तर दादांनी मोकळेपणानं हो म्हटलेच नसते. तुलाच नुसते साधे सांगितले तर तू हादरून गेलीस. आम्हाला काही वेगळे सांगता येण्यासारखे तुझ्याजवळ काहीच नव्हते. पण आम्ही तुला फसवले नाही. मी इथे कॉलेजात जाते. सध्या चंद्रकान्तच्या मित्राच्या खोलीवर आम्ही राहतो. चंद्रकान्त अमरावतीला नोकरी करून तिथेच कॉलेजला जातो. जाणे येणे करतो. मीही पार्टटाइम नोकरी शोधली आहे. माझ्याजवळ विश्वास आहे आणि त्याच्याजवळ जिद्द. या दोन्हीचा मेळ खरा असू शकतो. तिकडले सगळे स्थिर झाले की लिहिशील का? ती. दादांना सा.न.

तुझी
रेणू

अचलपूर
ता.

ती. सौ. आईला सा. न.

माझ्या पत्राचे उत्तर तू का दिले नाहीस! पत्र दादांच्या हाती पडले का? पत्र तुझ्या शाळेच्या पत्त्यावर पाठवले तिथूनही वापस आले. शाळेत बरेच दिवस गेली नाहीस का? दादा फार बिथरले का गं? चंद्रकान्तचे वडीलही गरम झालेत. त्यांचा विरोध आम्हाला अपेक्षित नव्हता. त्याने चंद्रकान्तही जरा गोंधळून गेला. मी चंद्रकान्तला फूस लावून हाताशी आलेला त्यांचा मुलगा पळवला, त्यांच्यापासून तोडला असे ते आरोप करतात. त्यांच्या मुलांची शिक्षणं, बहिणींची लग्नं सगळंचंद्रकान्तवरच असताना तो मधेच असा लग्न करून बसला याबद्दल त्यांचा राग होता. आधीच चंद्रकान्त हट्टानं शिकतो, आपला घरचा धंदा करत नाही, हेही त्यांच्या मनात होतंच. आई आपण कुणाशी लग्न करावं ही आपली स्वत:ची खासगी गोष्ट का असत नाही गं! इतके सगळे एकाला एक का जोडलेले असते! हे पत्र मी आजीच्या पत्त्यावर पाठवते. ती तुला पाठवेल. तुझं पत्र आल्याखेरीज मला चैन पडणार नाही. कधी कधी वाटतं की मी हे काहीतरीच केलं! माझ्या आजूबाजूला लग्न ठरलेल्या, झालेल्या किती मुली मी पाहिल्या. त्या कशा एका तेजाने न्हाऊन निघत. मी आरशात बघते तेव्हा ते तेज मला माझ्यात दिसत नाही. आम्ही दोघंही अजून कसे धास्तावलेलेच आहोत.

ती. दादांना सा. न. पत्र पाठव. मी वाट पाहते.

तुझी
रेणू

अचलपूर
ता.
ति. सौ. आई सा. न.

कालच मी पत्र टाकले. आज पुन्हा लिहिते आहे. आमच्या वस्तीत एक कासार आला. सगळ्या जणींनी बांगड्या भरून घेतल्या. मीही घेणार होते भरून. त्यावरून मला मधूची– आपल्या गावच्या कासाराची खूप आठवण आली. माझ्या लग्नाची तो नवी धोतरजोडी घेणार होता तुझ्याकडून आणि नजर हटणार नाही अशा बांगड्या आणणार होता. बांगड्या भरून झाल्या की तो हक्कानं चहा घ्यायचा. जुने लिंबाचे लोणचे मागायचा. ते सगळं आठवलं आणि मी बांगड्या भरूनच घेतल्या नाहीत. माझ्याकडे फारसे कुणी येत नाही मीही

जात नाही. मी त्यांच्यातलीही नाही आणि तुमच्यात तर मला प्रवेश नाही. कासार निघून गेल्यावर वाटले बांगड्या भरायला हव्या होत्या.

तुझी
रेणू

ता. क. आताच पारुलचे पत्र आले तेव्हा कळले, की तुझी शाळेची नोकरी गेली. हे सगळं माझ्यामुळे... वाटतं, नसतंच केलं हे लग्न तर..! तुम्ही तरी सगळे चांगले राहिले असता.

रेणू

ता. क. पारुलची खूप आठवण आली. तिच्यासारखी एकही मैत्रिण इथे नाही.

रेणू

अचलपूर
ता.

ती. सौ. आईला,

तुझे पत्र मिळाले. आजीचेही कितीदा तरी वाचले तरी मन भरतच नव्हते. आजीने पत्र मनूमावशीच्या पत्त्यावर पाठवायला सांगितले होते. पण आता तोही मार्ग बंद झाला. कुठे पत्र पाठवायचे ते ती कळवणार आहे. आजीने एक गंमतच केली. कृष्णा मावशीच्या आत्यासोबत तिने तिचेच मंगळसूत्र पाठवले. ते तिचेच आहे हे मला ओळखता आले. मला तुझ्यासारखे, मावशीसारखे लांब मंगळसूत्र आवडते. लांब आणि बारीक मण्यांचे हे मी कधी बोलले ते लक्षात ठेवून आजीने पाठवले. लग्नापूर्वी त्याचे खूप अप्रूप होते. पण लग्नाचे वेळी ते साधे आठवलेही नाही. चंद्रकान्तने काळी पोतच बांधली. आता आजीने पाठवलेले मंगळसूत्र पाहून चंद्रकांत म्हणाला की काळे मणी महत्त्वाचे. सोने असणे नसणे ही गौण बाब. पुन्हा हे प्रतीक मुळात ज्या गोष्टीकरता उभे राहते ती गोष्ट इतकी तकलादू का समजायची, की जी प्रतीकाशिवाय संभवत नाही! कुठलेही प्रतीक हे म्हणे आधी आपल्या स्वतःच्या समजुतीकरताच असायला हवे. त्याचे विचार पटतात. पण त्याची भीतीही वाटते आणि त्यांनी कितीही मोठे मोठे शब्द वापरले तरी आजीने मुद्दाम पाठवलेल्या मंगळसूत्राचा आनंद काही कमी होत नाही. चंद्रकान्तच्या मनात असेच काही बाही सुरू असते. ते तो माझ्याजवळ सांगतो. म्हणतो मला लिहायचे आहे यावर. म्हटलं लिही. माझ्या आईला आवडेल तू लिहिलेलं...

तुझी
रेणू

लग्न | ७७

अचलपूर
ता.

ती. सौ. आईला

काल आजीचे खूप छान पत्र आले. माझ्या पत्राला तिने लिहिलेय की मला तिचे मंगळसूत्र पाठवून तिने काळी पोत बांधली याचा तिला एक वेगळाच आनंद झाला. तिने लिहिले की ती काळी पोतही बांधली ती केवळ लोकांकरिता! नाहीतर तुझ्या आजोबांनी काय मोठा पुरुषार्थ गाजवला की त्यांच्या नावाने गळ्यात हे दोरखंड बांधून घ्यायचे! हो आणि पत्र सरळ माझ्या घरच्याच पत्त्यावर पाठव. माझ्याशिवाय पत्राला कोण हात लावतं ते मी पाहीनच. इतकी वर्षं यांच्या घरात खस्ता खाल्या ते का या करता. माझा संसार करून झाला आहे. आता उगाच कशाला भ्यायचे! तेही यांच्यासारख्यांना. आयुष्यभर तेच तर केले असे तिने लिहिले. आई! आजीने जगण्याचे हे असे नवे सूत्र पाहिले ते खरंच तिचा संसार करून झाला म्हणून! तिच्यासारखी माणसं अशी संसार करून होण्याची वाट नसतीलच नं बघत?

तूझी
रेणू

अचलपूर
ता.

ती. सौ. आई

काल जुने अंक चाळताना (मी इथे येताना आणलेले) तुझी कविता अचानक दिसली.. पुन्हा खूप आवडली. चंद्रकान्तलाही...

कुठल्या घरात जायचं यावर
तुझ्या श्वासाची मोहर नाही
तुझे जिंकणे हेही तुझे नाही
तुझे हरणे मात्र तुझे
जशा तुझ्या प्रसुतीच्या कळा तुझ्या
आणि मुलगी झाली तर तीही फक्त तुझी.

आई या कवितेवर पुष्कळ जुने साल आहे. तुझी नवी ताजी कविता यापेक्षा वेगळी राहील कदाचित.

तुझी
रेणू

अचलपूर
ता.

ती. सौ. आई,

माझ्या पत्रांना आतापर्यंत तू एकच उत्तर लिहिलेस तेही माहितीवजा. चांगले मोठे लिही नं ग! आपले घरी, घोसाळ्याचा तो वेल, तुझ्या हातची घोसाळ्याची भजी. एकेक चकती पिठात भिजवून अलगद दोन बोटांनी कढईत सोडण्याची ती क्रिया. आपल्या गावची नदी. डोंगर, दर्गा सगळ्याची फार आठवण येते. पारुलचे लग्न ठरले नं! उन्हाळ्यात आहे नं! मला फार यावेसे वाटते. पण चंद्रकान्त मला समजावतो. त्याचा अभ्यास चांगला सुरू आहे. मेडिकलला ॲडमिशन मिळेलसे वाटते. तुम्हा लोकांचा सगळ्यांचा पाठिंबा असता तर दोघांनीही आपापले शिक्षण पूर्ण करून मगच लग्न केले असते. पण विरोधाचे टोक इतके प्रखर होते, की दोघातली साधी मैत्रीही निभावता येईना. दादा काय माझा विषय काढतच नाही का गं!

तुझी
रेणी

अचलपूर
ता.

माननीय ती आईसाहेबांना

चंद्रकान्तचा शि. सा. न.

तुमचा आशीर्वाद मागण्यासाठी हे पत्र. रेणू मागे लागली म्हणून लिहितो हे तर आहेच, पण मलाही वाटत होतेच. आम्ही जे केले त्याबद्दल आमच्याकडून आम्ही अपराधी आहोत. पण शरमिंदे मात्र नाही. यापेक्षा वेगळा रस्ता आमच्यापुढे नव्हता. असे घर सोडून लग्न करताना मी माझ्या कुटुंबाचा आधार कधी अपेक्षिला नाही. पण आपला, ती स्व. दादासाहेबांचा मात्र विचारात घेतला होता. अर्थात तो कुठल्याही आर्थिक स्वरूपाचा नव्हता. ती अपेक्षाही नव्हती. ती. स्व. दादासाहेबांना सा. न.

आपला नम्र
चंद्रकान्त

अचलपूर

ती.

ती. सौ. आईस सा. न.

मी बी. ए. झाले आणि चंद्रकान्तही सेकंड एम.बी.बी.एस. पास झाला. तो नागपूरला असतो. म्हणून मी आता अमरावतीलाच घर करीन. बी.एड्.ला अॅडमिशन घ्यावी की एम.ए. करावे हे कळत नाही. मला संस्कृत घ्यावेसे वाटते. एम.ए.ला, पण इंग्रजी घेऊन एम.ए. करायचे म्हणते. नोकरीच्या दृष्टीने. कधी तर वाटतं की शिक्षण संपवून नोकरीच करावी. आता चंद्रकान्तची नोकरी सुरू नाही नं. ती. दादांना मी पास झाल्याचे कळव. त्यांना सा. न.

तुझी

रेणू

अचलपूर

ता.

ती. सौ. आईला,

मी तुला एकदा चंद्रकान्तच्या मनात लिहिण्याचे काही सुरू असे लिहिले होते नं! यंदा मेडिकलच्या गॅदरिंगमध्ये त्याने एक छोटे तासाभराचे नाटक लिहिले. त्यानेच सादर केले. सगळ्यांना आवडले, म्हणाला. पण त्यातला नायक सतत रागावलेला संतप्त असा मला वाटला. सहन करण्याने, भोगण्याने माणसं प्रखर होत जातात. पण त्यांच्या जगण्याला एक पाया मिळतो असं मला वाटलं. मी म्हटलं ते त्याला पटलंही. पण लिहिण्याने त्याला खूप चांगलं वाटलं असं तो म्हणाला... मी आजकाल एकटीच असते. मग तुझी, आजीची पत्रं वाचते काढून. छान वाटतं. पण खूप वेगळ्या काळात आपण जात आहोत असं वाटत नाही. काळ बदलतो म्हणजे नेमके काय असते गं आई! आजीची, तुझी पत्रं वाचली की कळते काही तरी बदलत चालले आहे. दादांना नमस्कार.

तुझी

रेणू

ती. स्व. आईसाहेबांना सा. न.

मी काही कामानिमित्त अमरावतीला गेलो होतो. तिथे अचानक रेणू भेटली. घरी चल म्हणून फार आग्रह केला. म्हणून गेलो. संसारात फार चणचण वाटली. रेणू बरीच वाळलीही होती. तिने जेवायचा फार आग्रह

केला पण मी जेवलो नाही. फराळ, चहा काहीच घेतले नाही. रेणूला वाईट वाटले. म्हणाली, तू माझ्या माहेरचा, जेवून जावे असे वाटते. आता हे पत्र लिहिताना वाटते, जेवून घेतले असते तर काय मोठा धर्म बुडाला असता, न जेवल्याने कुठला धर्म पाळला?

श्री. दादासाहेबांना सा.न. गावी आलो की भेट घेईनच.

आपला

विश्वनाथ देशमुख

अमरावती

ता.

चि. सौ. सुनंदाला अ. आ.

चि. सौ. रेणूला मुलगा झाला. चांगला आठ पौंडाचा आहे. रंग रेणूचा आणि नाक, डोळे मात्र जावयांचे घेतले. कुरळे कुरळे दाट केस मात्र तुझे. भेटायला येशीलच. तू आता नागपूरला राहतेस आणि तिथल्या शाळेत शिकवते. तेव्हा तुला इकडे सहज येता येईल. वेगळी राहू शकल्याने तू बरीच स्वतंत्रही झाली असशील. तू श्री. दादासाहेबांना रेणूला मुलगा झाल्याचे कळवून दे. तुमचा रेणूसंबंधीचा संवाद पुसला गेला आहे. तरी कळवून दे. मी अडीच महिने इथे राहीन. रेणू कॉलेजमध्ये शिकवते नं! ती रुजू झाली की काही दिवसांनी मी जाईन. घरी जायचे ते कोणाकरता! त्यांचा माझा तसा अबोलाच आहे. मुलंही जेवढ्यास तेवढं वागतात. वेगळी चूल मांडायला लावली नाही ही त्यातल्या त्यात सुधारणा म्हणायची. घरी परतण्यात स्वारस्य राहिलं नाही. पण काम झाल्यावर जावयाकडे राहायचं बरं वाटत नाही. पहा सुनंदा नाती कशी बदलतात. मुलगा परका झाला; पण रेणूचा नवरा मात्र मुलासारखा... तो डॉक्टर झाला. एम.डी. करतो म्हणतो. आता का राग! तूही ये रेणूकडे. दादासाहेबांची साथ सोडायची. त्यांना एकटे ठेवायचे असे का समजतेस? चंद्रकान्तचे आई-वडील येऊन गेले. नातवाला पाहून गेले. पण जेवढ्यास तेवढं वागले. मला, रेणूला ते अजूनही बुजतच होते. रेणूच्या लग्नाचा सुरुवातीचा धक्का ओसरला. ती गोष्ट रोजच्या धकाधकीत मिसळून, तावून सुलाखून निघाली. जुनी झाली. आता रेणूला मुलगाही झाला. तरीही हे राग लोभ का? मी असताना येऊन जा नं! किती दिवसात काय वर्षांत भेट नाही; या नातवाच्या निमित्ताने सुरुवात कर.

तुझी

आई

नागपूर

ता.

प्रिय दादासाहेबांना,

सप्रेम.

इथे शाळेत नोकरी करायला लागून दीड वर्ष होईल. पण तुम्हाला पत्र लिहिण्याची वेळच कधी आली नाही. मीच शनिवारी रविवारी येत होते. मला तुम्ही इथे येऊन नोकरी करू दिली. मनात नव्हते तरी तसा विरोध केला नाही. तिथे एकटे राहिलात. तुमच्यातही पुष्कळ बदल झालेत, याचा अनुभव तर मी घेतेच आहे. शेवटी सगळे बाजूला झाले आणि आपणच एकमेकांना उरलो. म्हणून म्हणते, आता जुने पीळ जरा सैल करायला काय हरकत आहे? कारणही तसेच आहे. रेणूला मुलगा झाला. आपण आजी-आजोबा झालो. आपले आयुष्य विस्तारले. आई तिथे गेली आहे. मुलगा चांगला आहे म्हणे. मी या शुक्रवारी तिकडेच जाणार आहे. तुम्ही माझी वाट पाहाल, पण मी पुढच्या शनिवारी नक्की येईन. रेणूला दिवस असतानाच तिला फार पाहावेसे वाटले होते. पण तुम्हाला आवडणार नाही म्हणून थांबले. पण आता धीर धरवत नाही. की तुम्हीच येता इकडे? आपण मिळून जायचे! कळवा तसं. मी तुम्हाला न कळवताही परस्पर भेटून येऊ शकत होतेच; या शनिवारी न येण्याचं काहीही कारण पुढे करता येत होतं. पण मला तुमच्याशी खोटं वागायचं नाही. तुमच्यावरच्या संस्कारांमुळेही असेल, पण तुम्ही या बाबतीत खूप भोगले. सहन केले. एवढी किंमत मोजलीत. मी उत्तरं दिली, प्रतिकार केला. तुम्ही तेही केले नाही. म्हणून मला तुम्हाला नव्याने दुखवावंसं वाटत नाही. तुम्हाला या गोष्टीचा फारच त्रास होत असेल तर नाहीही जाणार रेणूकडे. पण फार जावेसे वाटते. शुक्रवारपर्यंतचा वेळ कसा काढीन असे वाटते. रेणूला मुलगा झाला. आपलेही रेणूच्या लग्नाने अचानक थबकलेले आयुष्य पुढे सरकले नाही का? शेवटी जो वाटा, वळणे शोधत प्रवाहित होत राहतो, तोच या सगळ्यातला सत्वांश नं! हा आनंद मी एकटीने घ्यावा आणि तुम्ही मात्र एकटेच स्वत:शी कुढावे हे बरे तर वाटत नाही.

तुमची

सौ. सुनंदा

नागपूर
ता.

प्रिय दादासाहेब,

सप्रेम.

तुमचे पत्रं मिळाले. किती वर्षांनी आपण ही एकमेकांना पत्रं लिहितो आहोत! तुमचे पत्र मी अनेकदा वाचले. तुम्ही मला मोकळेपणानं जा म्हणालात, म्हणून मला रेणूला भेटण्यातला आनंद घेता आला. तुम्ही बरोबर असता तर तो जास्त चांगला घेता आला असता. कारण मला सारखी तुमची आठवण येत होती. रेणूचा मुलगा चांगला आहे. उंच वाटतो. त्याचे रुंद कपाळ मला तुमच्यासारखे वाटले. अंगठा चोखायची सवय रेणूचीच. रेणूने अंगठा चोखून चोखून बारीक करून घेतला होता. तुम्ही तो बांधून ठेवला आणि तिला घेऊन रात्रभर फेऱ्या मारल्या होत्या. दुसऱ्या दिवशी ती अंगठा चोखणे विसरलीच. रेणूला हे सांगितले तर म्हणाली, चोखू दे अंगठा. म्हणजे तरी दादा येतील त्याला घेऊन फिरायला. हो, रेणूने मुलाचे नाव अभिराम ठेवले. म्हणाली, दादांना नावात राम असलेले आवडते. पूर्ण अभिरामच म्हणायचे ठरले आहे.

तुमची
सुनंदा

नागपूर
ता.

प्रिय दादासाहेबांना,

सप्रेम.

तुमचे पत्र मिळाले. तुम्हालाही रेणूला, बाळाला पहावेसे वाटते असे म्हणता! मग थांबलात का! जाऊ नं आपण! नवी गोष्ट सुरू करायची इच्छा म्हणा, हिंमत म्हणा, आता उरली नाही असे तुम्ही लिहिलेत. कुणाला भ्यायचे! सदानंद आणि केशवभाऊजींना? तात्यांना! ज्यांना खरोखर घाबरावं अशी ही माणसंच नाहीत. त्यांच्यात सत्त्वाचा कुठलाही पीळ नाही अशा माणसांना घाबरण्यात आपण आपले आयुष्य वाया घालवायचे का?

तुम्हाला एक संस्कृत श्लोक सांगते....

ददतु ददतु गालिर्गालिमन्तो भवन्त:
वयमपि तदभावात् गालिदानेऽसमर्थ:

मधली ओळ नेमकी विस्मरणात गेली, पण चौथी ओळ आहे.

न खलु शश विषाणं कोऽपि कस्मै ददाति ।

अर्थ समजला नं! तुमचे संस्कृत चांगले आहे. वाचनही चांगले. तुमच्या घरातच संस्कृतची परंपरा आहे. पण तरीही माझ्याकरताच अर्थ सांगते.

तुम्ही आम्हाला कितीही शिव्या द्या. तुम्ही त्यात पटूच आहा. पण आमचे तसे नाही. त्या गोष्टीचा आमच्याजवळ संपूर्ण अभावच आहे. जी गोष्ट मुळात आमच्याजवळ नाहीच ती आम्ही कोणाला देऊ शकतच नाही. जसे सशाचे शिंग ते मुळी अस्तित्वातच नाही. म्हणून ते कधी कुणी कुणाला देतही नाही.

थांबते.

तुमची
सौ. सुनंदा

नागपूर
ता.

प्रिय दादासाहेब

सप्रेम

ती मधली विसरलेली ओळ तुम्हीच मला लिहून कळवलीत.

जगति विदितमेतद्दीयते विद्यमानं।

खूपच आनंद झाला. कितीतरी रिकाम्या जागा अलगद भरल्या गेल्या. या शनिवारी मी येतेच आहे. जमलं तर शुक्रवारीच.

तुमचीच
सौ. नंदा

अमरावती

ता.

प्रिय दादासाहेब

सप्रेम

रेणूला मुलगी झाली, आता आई नाही. अभिरामच्या वेळी ती होती. हे आठवून भरून येते. असे होणारच. एकेक दिवा विझत जाणारच आणि त्याची जागा कोणी घेणार मात्र नाही. आईचे धैर्य, प्रवृत्ती आणि सत्त्वही

माझ्यात नाही. मी रेणूला नागपूरलाच आणत होते, बाळंतपणाला. पण माझे घर एका खोलीचे. अमरावतीला चंद्रकान्त डॉक्टर आहेत. सगळ्या सोयी. पुन्हा अभिरामची शाळाही बुडली असती. पत्र घाईत लिहिले. पुन्हा लिहीनच.

तुमची
सौ. सुनंदा

ता.

प्रिय दादासाहेब
सप्रेम

तुमचे पत्र आले. मला आपले उगीचच वाटले, की तुम्ही लिहाल की रेणूला गावीच घेऊन ये म्हणून. पण तुम्ही कुठे तरी थांबला आहात. पाणी अद्याप कुठे तरी अडकून राहिले आहे. पण मी वाट पाहीन. हो. रेणूच्या मुलीचे नाव नयन ठेवले आहे. या वेळी नावावर चंद्रकान्तचा हक्क होता. त्यांनीच नाव ठेवले. नयन म्हणजे डोळे. या साध्याशा अर्थापलीकडे जावेसे वाटते. या मुलीच्या जन्माने डोळ्यांना वेगळी दृष्टी यावी असे. रेणूच्या मनात लक्ष्मी हे नाव होते. चंद्रकान्तचा चांगला जम बसला. चांगला सर्जन म्हणून नाव होते आहे. रेणूची नोकरीही परमनंट झाली. घराकरता घेतलेले कर्ज फिटले. पण मी रेणूला म्हटले, की नयन हेच नाव असू दे. एकतर ते चंद्रकान्तला आवडले आहे. दुसरे असे, की लक्ष्मी हे नाव कसे बाहेरून चिकटवलेले वाटते. तिच्या जन्माने आलेली समृद्धी असे. पण नयन या नावाचा आतल्या दृष्टीशी संबंध आहे आणि मी तर या नावाला या आंतरिक अर्थानेच स्वत:शी आणि तुमच्याशी जोडून टाकले आहे. एक सांगायचे राहिले. नयन दिसायला तुमची प्रतिमा होईल इतके साम्य आताच वाटते आहे.

तुमचीच
सुनंदा

नागपूर
ता.

प्रिय दादासाहेब
सप्रेम

तुमचे पत्र मिळाले. तुम्ही लिहिले ते खरेच आहे. तुम्ही जुने सारे

विसरला आहात. तुमच्या मनात आता जुन्या गोष्टींचा राग नाही. तरी तुम्हाला आपणहून रेणूकडे येणे, जावयाशी बोलणे जमणार नाही असे तुम्ही प्रांजळपणे लिहिलेत. ते मला समजले. मी आग्रह करत नाही. तुम्ही बदलत चालला आहात, हे मला कळते. ते रेणूलाही कळावे हा हट्ट मी कसा घेऊ! तुम्ही पत्रातून अभिरामची चौकशी करता. कधी त्याच्या नावातला अभि काढून टाकून नुसतं राम म्हणून प्रेमाने त्याचा उल्लेख करता! नयनचे फोटो तर किती लावून ठेवलेत पडवीत. एवढे मला पुरेसे आहे सध्या.

हे पत्र मुद्दाम या करता की आपण कुठे फिरून यायचे का? मला शंकराचार्यांचा तो मठ बघावयाचा आहे. सापाने प्रसूत होत असलेल्या बेडकीवर सावली धरलेली ती निर्वैर भूमी, आश्रमाकरता शंकराचार्यांनी निवडली... ती मला बघायची आहे. तीही तुमच्या सोबत... माणसं एकमेकांशी का वैर धरतात? तत्त्वासाठी! चौकटीसाठी! फ्रेम महत्त्वाची आहे की आतले बिंब? की दोन्ही? गोंधळ होतो या असल्या विचारांनी. जाऊ दे हा विषय? पत्नीने पतीला लिहिलेल्या पत्रातून तरी ही उरस्फोड नको... मला केरळचे निसर्गरम्य किनारेही बघायचे आहेत. हिरवेकंच केरळ. मी केवळ चित्रातून पाहिले. आपण कुठेतरी फिरून ताजे होऊन यायचे? आपल्या गावची टिचभर नदी दक्षिणेतल्या मोठाल्या नद्यांची कोण लागते, हेही अनुभवायचं आहे. तुमच्यासह. वाहते ते सारे पाणी एकच असायला हवे नं! मी निदान नागपूरला तरी आले. नोकरीच्या निमित्तानं. रेणूच्या गावीही जाऊन आले. रेणूच्या या एका लग्नाने तुम्हाला असे एका जागीच खिळवून ठेवले. आता मी म्हणते म्हणून तरी बाहेर पडा. आपल्या सगळ्या संचिताचं गाठोडं शंकराचार्यांच्या त्या भूमीत टाकून येऊ. बघा, तुम्ही हो म्हणाल याची वाट बघते.

तुमची
सौ. सुनंदा

अमरावती
ता.

ती. दादांना सा. न.

तुम्ही येऊन गेलात. अखेर तुम्ही माझ्याकडे येऊन गेलात. मुलांना जवळ घेतलेत, त्यांचे लाड केलेत. तेवढ्यापुरतं का होईना चंद्रकान्तशी बोललात. माझ्या पाठीवरून हात फिरवलात. तुम्ही माझ्याकडे जेवला नाहीत. मला त्याचे वाईट वाटले नाही. तुम्हाला ते सारे अवघड गेले

असणार. वाटले हे असले कसले येणे! पहिल्या बसने येऊन शेवटच्या बसने जायचे. देवाघरचा पाऊससुद्धा पुष्कळदा यापेक्षा जास्त मुक्कामाला थांबतो. पण मी हे मनाला लावून घेत नाही. अखेर तुम्ही आलात आणि येणार आहात. माझी नजर चुकवत म्हणालात, येत राहीन. यावेच लागेल. आई आता नाही. ती असताना आला असतात तर! तिला किती बरं वाटलं असतं. ती म्हणायची रेणू ते असेच नाही राहणार. शेवटी आतडं आहे. तुम्ही आता आला तेच मी खरं मानते. आपलं समजते. बाकी सगळं विसरण्याचा प्रयत्न करते. माणसाच्या मनातलं सगळंच उगवून येत नाही नं दादा! तुम्हाला किती गोष्टी करायच्या होत्या त्या राहिल्या. साधं तुम्ही आणि आई कुठं फिरूनसुद्धा आला नाहीत! आईच्या कवितेनंही कधी वेगळं वळण घेतलं नाही जे तिच्या विचारातून झिरपलेलं जाणवायचं. जुनेच कित्ते गिरवत तिची कविता थांबलीच. चंद्रकान्तही लिहित असतो मधूनमधून. पण मला त्याचंही लिहिणं भोवऱ्यात अडकल्यासारखंच वाटतं. वाटलं दादा हे सगळे जगणे होते ते प्रतिक्रिया म्हणून जगलेले. तुमचे, माझे, आईचे, चंद्रकान्तचे. त्यानेच आपण थकून गेलो. हे सगळे माझ्या एका लग्नाने झाले.

हो नं दादा!

मी पीएच.डी.चा प्रबंध विद्यापीठात नुकताच सबमिट केला. आईची तीव्र आठवण आली आणि आजीचीही... तुम्ही पुन्हा कधी याल?

तुमची रेणू

रेणूने कंदिल घालवला. लाईट बंद केला, तरी बटण बंद व्हायला तयार नव्हते. मग जरा हलवल्यावर बंद झाला. तिने खोल श्वास घेतला. कुठला लांबचा प्रवास करून आल्याचा थकवा जाणवला. मनगटावर घड्याळ बंद पडले होते. त्यात पावणेतीन झाले होते. खिडकीतील नदीकडून येणारा वारा पहाटेचा वाटला. पहाटेच्या प्रकाशात दिसणारे ते गाव... तिचे गाव... ती ज्याच्या अंगाखांद्यावर खेळली ते... तेही खूप बदलले असे विश्वनाथ म्हणाला होता. जरा उजेड होईतो ती थांबली, मग नदीकडे निघाली. कुणीतरी ओरडून सांगितलं. त्या वाटेनं नको. ती वाट बदलली. डोंगरावरून जा... पडलेल्या वाटेनं ती निघाली. एवढी पहाट होती तरी चाहूल होती. मागे पावलं वाजली. पाहिलं तर तो विश्वनाथ... ती त्याच्याकरता थांबली. मग दोघं चालू लागली.

"हे काय इतक्या लवकर उठलीस?" बाईने सांगितले तू नदीकडे गेल्याचे.

"झोपलेच नाही. पत्रं वाचत होते."

"रात्रभर? एवढीशी पत्र."

"एवढीशी?'' ती हसली.

"तुझेही पत्र आहे त्यात.'' ती म्हणाली.

"हो.'' तो म्हणाला.

"आई गेल्यानंतर मग जवळ जवळ थांबलीच पत्रं... आणि विश्वनाथ पत्रं कशी क्रमाने लावल्यासारखी ठेवली होती.''

"दादासाहेब वाचायचे नं नेहमी! मग ठेवून द्यायचे क्रमवार. तोच उद्योग होता शेवटी... समोर एकदम नदीच दिसली तर ती थांबली. पहाटेचा वारा, पाण्याची खळखळ आईची ती कविता... खळखळखळ ऐसा शब्द होतो जलाचा... या पहाटेला तिचा स्वत:चा असा एक रंग होता. स्वर होता. शब्द होता. रेणूला वाटलं किती दिवसांनी तो असा तिच्यापर्यंत येत होता... चंद्रकान्तशी लग्न करताना वाटलंही नाही, की इथं पुन्हा येणं होणारच नाही.

"सकाळी पोहायला यायचे!'' विश्वनाथने विचारले.

"पोहणे विसरले असेन मी.''

"पोहणं कधी कुणी विसरत नाही.''

"विसरले नसेल. पण इतक्या वर्षांत पाण्यात उतरलेच तर नाही.''

"पाण्याची ओढ सहसा विसरत नाही माणूस.'' विश्वनाथ म्हणाला.

"नाही नं...'' म्हणता म्हणता रेणू थांबली. याला कसं समजेल की माझा संघर्ष वेगळाच होत गेला. मी पाणी विसरले. प्रवाह विसरले. आजूबाजूचे किनारे जणू हरवून टाकले. तरी मला यश मिळाले. पण मी समृद्ध नाही झाले. दोन भिन्न प्रवाहांनी एकमेकांना समृद्ध करत वाहायचे असते. ते माझ्या वाट्याला आले नाही. चंद्रकान्तच्याही नाही. आता नयनही पुन्हा याच वाटेनं निघालीय. जागांची फक्त अदलाबदल. बाकी तेच सगळे. तिलाही पुन्हा या सगळ्यातून जावे लागेल. की काळ बदलतो आहे! खरंच बदलतो आहे का पण! कुठल्या रस्त्यावर भेटतील मग बदलाच्या खुणा? पायवाटेवर की राजमार्गावर?...

साहित्य सावाना २००१ दिवाळी

∎

कलश

~~~~~~~~~

देवकी घाईघाईनं फ्लॅटफॉर्मवर आली. उशीर झाला असेल म्हणून धावतच आणि गाडीचे दिवे दुरून दिसलेच. ते वेगानं जवळ यायला लागले. पहाटे साडेतीनच्या गाडीवर कुणाला घ्यायला येणारी ती एकटीच असेल असं वाटत होतं, पण तशी बरीच गर्दी होती. ते गाडीत चढणारेही असू शकतात असं वाटेपर्यंत गाडी प्लॅटफॉर्मला लागलीही. त्या वेगानं जणू आपण मागे सरकलो आहोत असे तिला वाटले. डबे समोरून सरकत जाताना एका डब्याच्या दाराशी तिला विद्याधर दिसलाच. उंचापुरा– प्रथम दिसली ती उंचीच. मग तो दिसला. ती एकदम धावली. त्यानेही हात हलवला. गाडी थांबली. तो उतरला. ती घाईनं समोर गेली. त्याच्या हातातली सुटकेस घेण्याचा प्रयत्न करत म्हणाली,

"बस इतकंच सामान?"

"एका दिवसाला किती हवं!"

दोघं चालायला लागली. पण गर्दीत अडकली.

"पहाटेच्या वेळी पहा नं कसली गर्दी!" ती म्हणाली.

"आपणही त्या गर्दीचा एक भाग आहोत म्हटलं!" तो हसून म्हणाला आणि वेगाने लांब लांब टांगा टाकत गर्दीतून घुसायला लागला.

"थांब नं, विद्या मी मागेच राहिले." ती म्हणाली. पण तो गर्दीच्या दुसऱ्या टोकाला पोचला होता. त्याला गाठून ती म्हणाली, "हे काय? मी तुला घ्यायला आले आहे. हे तर लक्षात घेशील!"

"सॉरी" तो म्हणाला, "अगदीच तूच कशी आलीस पण? मला वाटलं संस्थेचे कुणी नाहीतर तुझा ड्रायव्हरच येईल."

"म्हणजे माझी अपेक्षा नव्हती तुला?" तिनं विचारलं.

“खरं म्हणजे तुझीच होती. तू नसती आलीस तर थोडा खट्टूही झालो असतोच.”

“थँक्स” ती म्हणाली.

बाहेर गाडी पार्क केली होती. तिथवर जाताना मग देवकीच्या लक्षात आलं की विलक्षण थंडी आहे. विलक्षण! त्या थंडीत जणू बर्फाचे कणच आहेत आणि सोबतीला वरून चंद्रही. त्याचा पिठूर प्रकाश तिच्या कारवर आजूबाजूला, विद्याधर आणि तिच्यावरही सांडला आहे आणि हे सगळं म्हणजे ही थंडी, चंद्र, मुद्दाम काही नवीन हेतू मनात धरून बरसत आहे. आपण एकतर थंडीचा किंवा चंद्रप्रकाशाचा अविभाज्य भाग तरी आहोत किंवा ते मग आपल्याकरताच मुद्दाम ठरवून पडते आहे. थंडीने तिने दोन्ही हात छातीशी गुंडी करून घेतले. त्याने अंगावरची शाल मागे घरंगळली. विद्याधरने थबकून ती तिच्या अंगावर लपेटून दिली.

“शाल का काढलीस? थंडी नाही वाजत?” त्याचं लक्ष गेलं. ती जराशी कापत होती.

“देवकीऽ” म्हणत त्याने अंगातला कोट काढला तिच्या अंगावर टाकला.

“अरे तुला...”

“आत स्वेटर आहे माझ्या.” तो म्हणाला. ती गाडीत शिरली.

“ठीक आहेस आता?” त्याने विचारले.

“मघाही ठीकच होते.” तिनं गाडी सुरू केली.

“थंडीची कशाला आलीस?”

“झोपलेच तर नाही मी. पुन्हा नसते आले तर त्या लोकांनी तुला घेरलं असतं. मला कुठे सापडला असतास तू.”

“पण मी येणार तर तुझ्याकडेच होतो नं. हे व्याख्यानाचं आमंत्रणही त्याकरता घेतलं. आजकाल मी सहसा कुठे जात नाही. पण हे निमंत्रण तुझ्या शहराचं होतं. म्हटलं जाऊन यावं शेवटलं एकदा.”

“का शेवटलं का?” ती म्हणाली तसा तो किंचित चपापला. हसला.

“लांब किती! पुन्हा आजकाल फारशी व्याख्यानं स्वीकारत नाही. मग एखाद्याच विषयाची अशी तयारी करणं आजकाल सोपं वाटत नाही. आपलं चिंतन असतंच मूलभूत. पण त्याला अभ्यासानं उजाळा द्यायचा असतो. तो अभ्यासच आजकाल होत नाही.”

“पूर्व पुण्याईच्या बळावर...”

“मला अशी वेळ मारून न्यायला आवडत नाही. तुला माहीत आहे...”

“हो” ती पुटपुटली. “आज कोणता विषय?”

“महाभारताची नायिका.”

"किती दिवस तुम्ही लोक हे विषय पुरवणार?"

"मुळातील झरे संपे-आटेपर्यंत. महाभारत हा अक्षय झरा आहे. पुन्हा त्यातल्या स्त्रिया या एक कोडंच आहेत. अनेक वर्षं झाली तरी गुंता सुटत नाही. मला तशी स्त्री हीच व्याख्यानाचा विषय वाटते..."

"प्रातिनिधिक की वैयक्तिक?" तिने मान वळवून हसून विचारलं.

"दोन्ही! म्हणशील तर तूही" तो हसत म्हणाला.

"मी! हं माझ्याबद्दल काय आहे? काय सापडेल. कुठली वेगळी पार्श्वभूमी नाही. कसली फ्रेमच नाही."

"का? कुठल्याही फ्रेमचा विषय नसणं ही सोपी गोष्ट थोडीच आहे." तो हसत म्हणाला.

"मग कधी देतोस माझ्यावर व्याख्यान?"

"तू बोलाव. चांगलं सन्मानानं वेगळं. हे काय वाहत्या गंगेत..." तो हसला. पहिले विचारायचा राहिला तो प्रश्न आता विचारतो. "कशी आहेस?"

"तुला कशी वाटते?" तो बोलला नाही. "तू मात्र जरा उतरला आहेस. पूर्वी उंचीच्या बरोबरीनं तू भरलेलाही होतास. आता नुसता उंच." तिला आठवलं मघा गाडीच्या दारात दिसली ती त्याची फक्त उंची... त्याचे रुंद भरदार खांदे ओघळलेत... मग काही विचारायच्या, बोलायच्या आत घरच आलं. तिने सफाईने गाडी आत घेतली. तिची सफाई त्याच्या लक्षात आली. मोठा बंगला फॉरेस्ट ऑफिसरचा. सुधीर सिनियर पोस्टवर होता. बंगला सामसूम. मोठे विस्तीर्ण आवार. घरापर्यंत रेखल्यासारखा नेलेला रस्ता. खूप झाडं. देवकीला पूर्वीपासून झाडांचा शौक आहेच. गाडीतून उतरल्यावर तो म्हणाला,

"किती सुंदर प्रकाश पसरला आहे गं चंद्राचा."

"आत्ता दिसला तुला?" अशासारखं देवकी हसली.

"चहा नं! आलं घालून."

"चहाच. पण आलं नको आणि एकदम गरम पीत नाही मी. दूध थंडच."

"विद्या, अरे." ती पहातच राहिली.

"तुला किती गरम चहा लागतो ते..."

"वयानुसार..." तो हसत म्हणाला.

"असं कोणतं वयं झालं तुझं म्हणून."

"चौपन्नावं सुरू आहे म्हटलं."

तिनं चहा आणला. "झोपायचं आहे?" तिनं विचारलं.

"झोप नाही येणार. पण थकलो जरा. माझी खोली दाखव. पडल्याने बरं वाटेल." तो म्हणाला.

ती थोडी खट्टू झाली हे त्याच्या लक्षात आलं तेव्हा सावरून म्हणाला, ''अगं गाडीत सुरुवातीला झोपच नाही. मग जरा लागली तर झोप लागून तर नाही जाणार या टेन्शननी आलीच नाही. कसल्या अपरात्री गाडी येते.''

'आपणही रात्रभर जागेच तर आहोत! पाठसुद्धा टेकली नाही.' तिला वाटलं.

''पाणी आणून ठेवते.'' तिनं पाणी आणल्यावर त्यानं दोन तीन गोळ्या पाण्यात घेतल्या पावडर करून.

''गोळ्या कसल्या घेतोस?'' तिनं विचारलं आश्चर्याने.

''अशाच. वय...''

''वयाचं काय सांगतोस विद्या तू...'' अशासारखं तिनं त्याच्याकडे पाहिलं.

''आणि गोळ्या गिटकता नाही येत तुला?''

''माझ्या आईची हीच तक्रार होती लहानपणापासून...'' तो म्हणाला. आणि थकून तिच्यासमोरच पलंगावर आडवा झाला. दिव्याचा उजेड डोळ्यांवर येत होता तर डोक्यावर हात ठेवून. तिने दिवा मालवला. पांघरूण पायथ्याला होते. ते अंगावर दिले. तो जागाच होता तरी त्याने ते करू दिले. ती हलकेच खोलीबाहेर आली. तिला झोपायचे नव्हते. झोप जराही डोळ्यात नव्हती. तिने झाडांकडे पाहिलं. झाडं थंडीनं आकडली होती का? असली तरी चंद्रापासून ऊब घेत असतील. निसर्गात एक दुवा असेलच परस्परात. पूर्वी सुधीरबरोबर किती भटकली, हिंडली. आलापल्लीचे ते दाट जंगल पाहिले. झाडं बोलायची तेव्हा आपल्याशी. एक मूक संवाद होता आपल्यात आणि त्यांच्यात. आता त्यांची भाषा कळेनाशी झाली. ते वेगळं सांगू पाहतात. आपण वेगळं समजतो. मघापासून विद्याधरनं वय वय लावलं. ते वयच का कारण असेल. व्हरांड्यात थंडी होती. पण आत जावेसे वाटतच नव्हते. मघा विद्याधरने त्याचा अंगावर टाकलेला कोट. तिला आठवण आली. तिनं कोचावरच टाकून दिलेला तो कोट पुन्हा अंगावर घातला. व्हरांड्यातूनच मग थंडीला आणि बाहेरच्या चंद्रप्रकाशाला ती अनुभवत राहिली. हळूहळू चंद्रप्रकाश विरत गेला. त्याचा दुधी रंग विरळ झाला. तो आता जाणीवपूर्वक काही ठरवूनच तिच्याकरता तिच्याच अंगणात पडतो आहे. असे यावेळी वाटले नाही. आत खोलवर कळ उठली. काय मोठेसे मागतो माणूस? किती थोडे हवे असते! किती लहानशा गोष्टीवर स्वत:ची मुद्रा शोधायची असते! तिला एकदम भरून आले. निसर्ग तटस्थ अलिप्त आहे. तो नाही कुणाला काही मागत. कुणाकडून कशाची अपेक्षा करत. एखाद्या सनातन सुंदर स्वयंभू शिल्पासारखा तो फक्त असतो. त्याचे घडणे कळत नाही. त्याचे असणे तेवढे समजते. आपण त्याचे घडणे पाहिलेच नाही. म्हणून त्यापासून आपण दूर आहोत आणि त्याच्या असण्याची कुठलीही अवस्था आपलाच एक अंश असे होत नाही. देवकीला एकदम अस्वस्थ वाटले. वाटले हे सगळे विद्याला सांगता आले

पाहिजे. तो आज महाभारतावर बोलणार आहे. त्यातल्या नायिकेवर. द्रौपदीवर. त्यात तो काही नवे सांगेल का? काय असेल त्याच्याजवळ नवे? ताजे. प्रत्येक क्षणी वेगळं भासणाऱ्या थंडीसारखे, या चंद्रप्रकाशासारखे... तो दुधीप्रकाश सरला. पहाटच सरली. रस्त्यावरचे दिवे विझले. अद्याप आवारातले होते. आता प्रकाशाला चाहूल आली. पक्ष्याची किलबिल, झाडाची सळसळ, रस्त्यावरील वाहनाचे आवाज, क्वचित हायवेवरून जाणारा ट्रक. आता त्या प्रकाशाला त्याचे स्वत:चे रूप नव्हते का? बघता बघताच तिचा डोळा लागला.

...जाग आली तेव्हा सुधीर तिला उठवत होता. समोर व्हरांड्याच्या जाळीतून ऊन तिच्या अंगावरच आले होते. तिच्या अंगावरच्या कोटाकडे त्याने विचित्र नजरेने पाहिले. ती गडबडीने उठली. विद्याधरचा कोट अंगातून काढला. गोंधळून ती सुधीरला काही म्हणणार होतीच. पण तिला वाटलं की या गोष्टीला काही स्पष्टीकरण नाही. वेलीला फूल लागावे तितकी ही गोष्ट सहज आहे.

"तुझे गेस्ट आलेत?" सुधीरने विचारले.

"हो. विद्याधर आला."

"गाडी राईट टाईम होती नं."

"हो."

"ड्रायव्हर थांबला होता नं?"

"नाही."

"नाही? असं कसं?"

"मीच नको म्हटलं."

सुधीरने आश्चर्याने तिच्याकडे पाहिलं. तिनं चहाचा ट्रे आणला. तेव्हा म्हणाला,"पाहुण्यांना उठवत नाही का?"

"झोपू दे. थकला होता. दिवसभर आहेच पुन्हा." ती म्हणाली. मग तो म्हणाला माहीत असलेलंच. बोलून झालेलंच.

"मीनू येतेय पुढच्या वीकमधे."

"हो." ती म्हणाली.

"पण काय ते आठव्या महिन्यात प्रवास नसतो नं करायचा गं?"

"नववा लागतो तोपर्यंत." ती म्हणाली.

"निखिल येतोय सोबत?"

"हो." ती म्हणाली. मीनू सुधीरची अत्यंत लाडकी, हुशार, इंजिनियर. जावईही तसाच. मीनूला इथे सोडून तो मग बंगलोरचा नवा जॉब घेतोय. मल्टीनॅशनल कंपनी आहे. मीनू देवकीचीही लाडकीच आहे. एकच मुलगी. पण सुधीर मीनूचं यश मिरवतो. एकट्यात, चारचौघांसमोरही. हे तिला आवडत नाही. ज्यावेळी देवकी

कधी त्याच्यापासून, या संसाराच्या अविरत चक्रापासून थोडी मनानंच का होईना पण दूर जाऊ पाहते, त्यावेळी सुधीर नेहमीच मीनूचा पाढा पुन्हा पुन्हा पक्का करून घेतो. आताही तो तेच करतोय. आपले, आपल्या मुलीचे यश हे असे वारंवार तोंडी लावण्यासारखे असते, हेच देवकीला मानवत नाही...

नऊ वाजता सुधीर नेहमीसारखा निघाला.

"जेवायला येऊ शकशील का दुपारी? हेच जेवण विद्याधरचे घरी आहे. रात्री तर..."

"बघतो. प्रयत्न करतो पण व्याख्यानाला नक्की येतो." तो म्हणाला.

"थांबू का तुझ्याकरता?"

"नाही. मी परस्परच येतो..."

म्हणून सुधीर घाईघाईनं गेलाही. ती एकटी उरली. नेहमी सुधीर गेल्यावर उरते तशी. पण आज तिला एकटे वाटले नाही. विद्या आला होता. किती दिवसांनी ही भेट! खूप बोलता येईल. नेहमी मुकेच असतो आपण या घरात. नवरा ऑफिसला निघून गेल्यावर दिवसभर सामान्य गृहिणीसारखे मागे राहतो आपण. मनातले शब्द वापरताच येत नाहीत. पूर्वी निदान चित्र काढत होतो. कथा कादंबरीचे अनुवाद करत होतो बंगालीतून. आता तेही सोडले. हा झाडांचा शौक तेवढा आता लावून घेतला नवा. इथे बदली झाल्यावर तेच पुरते... माळी आला, कामावरची नोकरमाणसं आली, तेव्हा तिने आंघोळ करून घेतली. ड्रेस न घालता साडी नेसली. फिक्कट निळी. मोठ्या बॉर्डरची. अशी साडी विद्याला आवडत होती. आता ती मनातही नसेल त्याच्या. तिला वाटले. दहा वाजल्यावर मात्र तिचा धीर निघेना. किती वेळ झोपून राहणार हा! मग संस्थेचे लोक येतील. त्याला घेरतील. आपल्याकरता तो उरणारच नाही. ती काहीशा उत्सुकतेनंच आता त्याच्या खोलीत आली. तो अद्याप गाढ निजला होता. त्याच्या पलंगाशी जाऊन उभी राहिली. त्याचा तोच निरागस चेहरा, चेहऱ्यावर उन्हाची तिरीप आली. तिने जरा ओणवं होऊन पडदा सरकवला. तो झोपेतही थकलेलाच वाटला. माहीत नाही ही थकावट किती दिवसांची साचलेली असेल! पण चेहरा त्या थकव्यातही रिक्त नव्हता. उठून बसल्यावर काहीतरी करण्यासारखे असणारच, असा चेहरा. त्याच्या जगण्याचा हेतू, प्रयोजन निश्चित आहे. मुलगा गेला. सोळा-सतरा वर्षांचा मुलगा गेला अपघातात. डोंगराएवढे दुःख. पण याचा कणा मोडला नाही. हा प्रत्येक क्षण जगत आला जसा याचा एक क्षण दुसऱ्याशी जोडलेला. या सगळ्या अनंत क्षणांची मग मालिका. यात ती कुठे आहे तरी का? असणार तरी आहे का? मग लक्षात ठेवून त्याच्याकरता ही साडी नेसली ती तरी का? ती हलकेच तिथून जायला लागली तो त्याने आवाज दिला, "देवकी..." ती वळली.

"उठलास का?"

"आताच उठलो. तू पडदा सरकवताना जाग आली."

"सॉरी."

"अगं उठवायलाच हवं होतं." तो उठूनच बसला.

"नाहीतर काय! किती वेळ झाला. तू माझ्याकडे काय झोपायला आलास?"

"बापरे दहा?" तो म्हणाला मग आठवून म्हणाला, "सुधीर..."

"तो मघाच गेला."

"अरे, त्याची भेट राहिली. मी झोपेची गोळी घेतली होती. झोप लागत गेली."

"का, गोळी का?"

"घेतो आजकाल मधून मधून."

त्याचा चहा करताना तोही स्वयंपाकघरात स्टूल ओढून बसला.

"झोपच्या गोळ्यांची सवय नको लावू आणि विद्या एखाद्या चांगल्या डॉक्टरला दाखवून दे."

"कशासाठी?"

"मी म्हणते म्हणून." ती म्हणाली.

"घर किती चकाचक ठेवलं आहेस."

"आम्हाला या गोष्टी सुचतच नाहीत. तुझ्यात एक वेगळी दृष्टीच आहे देवकी."

"फक्त तीच दृष्टी आहे. बाकी काय?"

"असं का म्हणतेस?"

"अरे कधी कधी याचाच कंटाळा येतो. एक पडद्याचा सेट मळला की तो धुवायला काढून दुसरा लावावा तसं आयुष्यभर पुरणारं काही जवळ हवं होतं असं मनात येतं. मग हे चकचकीत घर वगैरे माझं मलाच नको वाटतं."

"तू पूर्वी अनुवाद करत होतीस नं? बंगाली साहित्याचे."

"मी ते बंद केले. वडील कलकत्त्याला होते दहा वर्षं. म्हणून बंगाली शिकले. ती भाषा आली, पण अनुवाद करण्यासाठी फक्त तेवढे पुरे नाही विद्या. तो लेखक, त्याचे मर्म, त्याचा तळ, खोली, त्याची भूमी सारे माहिती हवे म्हणून थांबले मी."

"ते सगळं माहित करून का घेतलं नाहीस?"

"तो पिंड कुठे माझा?"

"तू चित्र काढत होतीस?"

"ते थांबवलं मी. माझ्या चित्रात सारख्या-सारख्या भिंती यायला लागल्या. चौकटी यायला लागल्या. रंग भडक व्हायला लागले. थांबलेच मग मी."

"तुझ्यामधे एक टीकाकार दडलेला आहे. तो स्वतःवरच प्रथम शस्त्र धरतो."

"मोठे मोठे शब्द वापरू नको हं विद्या. मला काही जमलं नाही म्हणून मी

थांबले. माझं सामान्यपण मला कळलं इतकंच.''

''अगं सामान्य असणं वाईट थोडं आहे. तू, मी आपण सगळेच तर तसे आहोत.''

''तू नाहीस हं.'

''का? मी कोणता मोठा तीर मारला?''

''स्वतःला जगायला कारण तर पुरवलंस.''

''देवकी!'' विद्याधर उठून तिच्याजवळ येत म्हणाला. तिच्या खांद्यावर हात ठेवला. तिला आपल्याकडे वळवत होताच तर देवकी दूर झाली. तिनं कांदा चिरायला सुरवात केली.

''तू माझ्याकरता काही करत असशील तर करू नको. मला खूप रिस्ट्रिक्शन्स आहेत. पोळीचा कुस्करा दुधाशी नाहीतर साध्या वरणाशी. पातळ खिचडी, भात असंच मला चालतं.'' कांदा चिरता चिरता तिने बाजूला केला.

''का?''

''घसा खराब आहे.'' तो दूर ढगांच्या किनारी पाहत म्हणाला.

''काय हे विद्या किती दिवसांनी आलास आणि...''

''पण मला खाऊ पिऊ घालण्याचे प्लॅन तू करूच नकोस. आपण बोलूच. खूप बोलायचं ठरवून आलो. हे व्याख्यानाचं निमंत्रणही त्या करिताच घेतलं.''

''खाणं पिणं काय रे. ते माधवीही करत असेलच. तुझ्या निमित्तानं झालं असतं इतकंच. कुणी आलं की उत्साह वाटतो.''

''का सुधीरला चालत नाही का?''

''तसं नाही. करते कधी तरी. माधवी कशी आहे.''

''बरीच सुधारली. सुरवातीचा शॉक ओसरल्यावर. वेळ लागला. पण...'' मग जरा वेळाने तो म्हणाला, ''मी कॉलेजचा जॉब सोडला. म्हणजे मला सोडावा लागला माधवीकरता.'' तिने आश्चर्याने त्याच्याकडे पाहिले. इतके वर्षांची सर्व्हिस..

''तिची आई वगैरे येऊन नाही राहिली का?''

''सुरुवातीला केलं ते सगळं. शेवटी आपले क्लेश फक्त आपलेच असतात नं!''

''मग सध्या...''

''मी एक संस्था काढली स्त्रियांकरता. स्त्रियांना स्वतःच्या पायावर उभं करता यावं हा उद्देश. जिला जे येतं त्याचा उपयोग करून घेतला. मुख्य म्हणजे माधवीलाच त्यात गुंतवलं. पंधरा-वीस स्त्रिया संस्थेत आहेत. पुष्कळ गोष्टी समोर आहेत. सगळ्याच पूर्ण होणारही नाहीत.''

''माधवी बघते सगळं? म्हणजे बघू शकते?''

"नाही गं! मी तिला टप्प्याटप्प्यानी त्यात ओढतो. सकाळपुरतं हे काम. दुपारी ते. रात्री ते. तेवढं ती करते. दुसऱ्या दिवसाचा विचार केला की तिला टेन्शन येतं. कधी कधी फक्त सकाळपुरताच विचार कर म्हणून मी सांगतो. आमच्या दोघांमध्ये फक्त एक दिवस असतो. उद्या नसतोच..."

तिने त्याच्याकडे पाहिलं. तो तिला यावेळी पूर्णपणे अगम्य वाटला. जवळचा पण अनोळखी, प्रत्येक प्रहराचा खळगा भरत जाणारा. हे सर्वस्वी आपल्या बाहेरचे आहे असेच तिला वाटले. याला हे का करावंसं वाटलं. कसं सुचलं असेल.

मग तिचे विचार जणू समजून घेऊनच तो म्हणाला, "मला देवकी, स्त्री हीच मुळात खूप ताकदीची वाटते. तिची प्रचंड खोल समज. सतत ओझं वाहत नेणारं मन. त्यात डोकावून पाहताच आलं नाही कुणाला."

"या सगळ्या स्त्रियांत तू माझाही अन्तर्भाव केलास."

"हो." तो तिच्याकडे पाहत हसत म्हणाला.

"माझ्यासारख्या लोणच्याच्या फोडणीसारख्या घरात, संसारात मुरलेल्या सामान्य."

"देवकी मला मुळात स्त्री ही सामान्य वाटतच नाही आणि तुझा तसा आग्रहच असेल तर तीच माझा विषय आहे असं समज."

देवकीच्या डोळ्यात एकदम पाणी यायला लागलं. ते थोपवून ती म्हणाली, "तू आंघोळीला जा. तुझे लोक येतील मग."

"येऊ दे. मला उशीरा आंघोळ आवडते."

"तिथेही तसंच करतोस. माधवी ओरडत नाही."

"नाही गं आता आमची नाती बदलली आहेत." तो हसून म्हणाला.

तिला एकदम काय बोलावं ते सुचत नाही. मग ती म्हणाली, "मी नेहमी तुझ्या घराची कल्पना करते. खूप पुस्तकं, खूप ग्रंथ, त्यांचा अस्ताव्यस्त पसारा. पूर्वीसारखा पुस्तकांचा गठ्ठा बाजूला करून तिथेच कसातरी कोंबलेला तू. घरात खिडक्या-दारांना पडदे नाहीतच. कुठल्याही कोपऱ्यातून आभाळाचा निळा रंग दिसू शकेल असं. खरं तर मला हेवा वाटतो या साऱ्यांचा. पूर्वी मी तुमच्या घरी आले की, तुझी आई तक्रार करायची. बघ गं! कसा पुस्तकांत घुसला आहे. सकाळपासून खाणं नाही, अंगाला पाणी नाही. तूच बघ जरा बाहेर काढ. सगळे कसे संपले नाही?"

"संपले कुठे देवकी! त्याची जागा नव्या गोष्टींनी घेतली. संपते कुठे काही! फक्त बदलते."

"तरी पण विद्या, बदल फार मोठा असला तर संपतेच म्हणायचे."

"नाही." तो तिच्याकडे पाहत म्हणाला. बाहेर गाडीचा आवाज आला. तसं तिने त्याला बळेच न्हाणीघरात ढकलले. तो आंघोळ करून बाहेर आला आणि मग तिला सापडलाच नाही. लोक येत राहिले. चहा होत राहिला. बिस्किटं फरसाण,

लाडू, बर्फी. प्लेटस् भरल्या. रिकाम्या झाल्या. तिचे नेहमीचे सुनसान घर गजबजले. चर्चा रंगल्या, वाद झडले. तो बोलत होता, लोक ऐकत होते. लोक बोलत होते, तो ऐकत होता. जेवायची वेळ टळून गेली. दीड वाजला. त्याने काही खाल्ले नव्हते. लोक गेले.

जेवायला बसताना ती म्हणाली, ''तू चांगला बोलतोस हे मला माहीत आहे. पण तू इतका लोकप्रिय असशीलसं वाटलं नव्हतं.'' तो हसला. जेवणानंतर तो झोपायची तयारी करू लागला.

''झोपणार आहेस?'' तिने नाराजीने विचारले.

''थोडं, गोळ्यांनी झोपावंसं वाटतं.''

''कसल्या सारख्या गोळ्या घेतोस.''

''उठव मला. मी जास्त झोपलो तर.'' त्याने सांगितले.

तिने त्याला पावणे पाचला उठवले. बाहेर हॉलमधे त्याच्याकरता लोक खोळंबून होतेच. तो पलंगावर उठून बसला तिच्याकडे पाहत हळूच म्हणाला, ''देवकी.''

''हं.'' ती हुंकारली.

''कालपासून एक वेगळा फिल येतोय.'' तो मध्येच बोलायचा थांबला... तिच्याकडे पाहत म्हणाला, ''तू इतकी निकट, आसपास आहेस! रात्री झोपण्यापूर्वी माझ्या अंगावर पांघरूण घातलेस, झोप उघडल्यावरही आपण सारखे बोलतो आहोत. वाटलं की मधे काही घडलेलंच नाही. पूर्वी जसे आपण जवळ होतो तसेच आताही...''

तिला काही सुचलं नाही.

''खरं म्हणजे देवकी अमेय गेल्यापासून स्त्रीचा हा असा इतका निकट वावर...''

देवकीनं खाली मान घातली. तिचा श्वास फुलला. तो उरात मावत नाहीसे वाटले. ती हळूच म्हणाली,

''बाहेर लोक आले आहेत. तयार होऊनच ये बाहेर. सहाला व्याख्यान...'' आणि ती गेलीही.

एवढे ओपन थिएटर तुडुंब भरले होते. थंडी विलक्षण होती तरी जाणवत नव्हती. इतकी माणसं दाटी वाटीनं बसली होती. ती बघत होती. ऐकत होती. त्याचा करून दिलेला परिचय, त्याच्या डिग्र्या, त्याचा व्यासंग, त्याचे ॲवॉर्ड्स. हा एवढा मोठा माणूस. याच्याकरता तरी सारे सोपे का राहिले नाही? मुलगा, माधवी... सारे खळगे भरत जगतात. त्याच्या तरी वाट्याला ते नको. विद्याधर बोलायला उठला. साधाच झब्बा पैजामा घातलेला. अंगात गरम जाकीट. टेबलावर शाल, श्रीफळ, गुच्छ. अंगावर नेहमीची राखाडी शाल. हळूहळू त्याच्या स्वराने साऱ्या अवकाशाचा ताबा घेतला. मग शब्द आले आणि मग साराच एक मोठा ओघ होऊन गेला.

वेगवेगळे काही उरले नाही. उभी केलेली द्रौपदी ही वेगळीच भासली. ती असामान्यच होती. पण तिच्याशी स्त्रीचे फार जवळचे नाते होते. तिच्यासारख्या सामान्य बाईचेही. तो मघा म्हणाला होता,

"देवकी मला मुळात स्त्री ही सामान्य वाटतच नाही. पण तुझा तसा आग्रहच असेल तर तीच स्त्री माझा विषय आहे.''

देवकीच्या अंगातून एक अननुभूत लहर उमटली. नखशिखान्त. तो खळगे भरत होता! नाही, तो जणू कलश भरत होता. मनाचे तळ भरावेत तसे. ती आवेगाने थरथरू लागली. पावणे दोन तास चाललेला तो अस्खलित ओघ थांबला. प्रथम टाळ्या वाजवणेच कुणाला सुचले नाही. मग एक अस्पष्ट टाळी वाजली जशी पावसाची धार. बारीक. मग टाळ्या वाजतच राहिल्या. तिचे लक्ष गेले. गर्दीच्या टोकाला सुधीर उभा होता. तो व्याख्यानाला आला याचाच तिला फार आनंद झाला. तिने तिचा हात हलवला. मग ती विद्याधरकडे जाऊ लागली. पण तिला त्याच्यापर्यंत पोचता येईना. त्याच्याकरता निरोप ठेवून ती सुधीरबरोबर घरीच गेली.

"फार चांगलं बोलला तुझा मित्र.'' सुधीर म्हणाला.

"हो.'' तीही म्हणाली.

"तू जेवायला का थांबली नाहीस. त्यांनं थांबवलं नाही?'' सुधीरनं विचारलं. तिलाही मग वाटलं खरंच, विद्यानं औपचारिक तरी म्हणायला हवं होतं की थांब तूही. सुधीरलाही आग्रह करायला हवा होता. एवढा आपल्या घरी उतरला.

"सुचलं नसेल.'' ती पुटपुटली.

"ही सगळी मोठी माणसं आपल्यापुरतं पाहतात.'' सुधीर म्हणाला. ते मात्र तिला पटलं नाही. तो तिच्याकरता कुठे मोठा होता. पण ती काही बोलली नाही.

रात्री अकराला विद्याधरला लोकांनी आणून सोडले. थोडावेळ ते लोक थांबले अजून बोलणं सरलं नसल्यासारखे. एकात एक मिसळलेले विषय निघाले. मग सगळ्यांनी निरोप घेतला. परतीची गाडी पुन्हा उत्तररात्रीची. तीन चाळीसची होती. लोकांनी स्टेशनवर पोहचवून देण्याबद्दल म्हटले पण तो अगदी अकृत्रिमपणे म्हणाला, "तशी गरज नाही. देवकी आहे नं!''

"कॉफी करू?'' सर्व गेल्यावर देवकीने विचारले.

तो नको म्हणाला तेव्हा ती आग्रहाने म्हणाली, "घे नं. थंडी आहे. सुधीरही घेईल.''

तुम्ही लोक गरम घेऊ शकाल, मला ते चालणार नाही. तुम्ही घ्या कॉफी. पण खरं म्हणजे देवकी मला थोडं खायचंच आहे. तिथे काही जमलं नाही. खाण्याचं नाटक केलं बस. सकाळची पोळी असली तर दुधाशी कुस्करून...'' विद्याधर म्हणाला.

तेव्हा मघा सुधीरबरोबर आपणही त्याच्याबद्दल वेगळं वाटून घेतलं, याची तिला क्षणमात्र खंत वाटली. तो तिच्याशी कुठेही औपचारिक नव्हता. खरं म्हणजे तो तिचा पाहुणासुद्धा नव्हता. तो तिचा जुन्या ऋणानुबंधाचा जणू स्नेही होता. थकलेला, भागलेला, खूप दिवसांनी काही निमित्ताने जसा काही थोड्या विश्रांतीला आलेला आणि वेळ संपल्याबरोबर परत जाणारा. तिला दाटून आल्यासारखे झाले.

बारा साडेबारापर्यंत सुधीरही गप्पा करत बसला होता. त्या गप्पांत विद्याधरचे व्याख्यान होते. तसा सुधीर स्वत:ही होता. त्याचे व्यावसायिक करियर होते. त्याची मुलगी, जावई होते. ती अस्वस्थ झाली. सजल्या-धजलेल्या घराचे रंगसंगती साधलेले पडदे त्यांनी बाहेरचे आभाळ झाकून टाकावे तसे ते सुधीरचे बोलणे. त्याने पडदा सरकवला. बाहेर छान चंद्रप्रकाश आहे. ती म्हणाली. कोणी काही बोलले नाही. सुधीर उठला. जांभई देत त्याने निरोपच घेतला विद्याधरचा. पण उठव म्हणाला. ड्रायव्हरला थांबवलेच आहे हे सांगितले.

व्हरांड्यात थंडी जाणवत होती. ती शटर्स बंद करायला गेली तेव्हा विद्याधर म्हणाला, ''असू दे.'' आणि व्हरांड्याच्या पहिल्या पायरीवर बसला. खालीच. खिडकीची जाळी उघडी ठेवली.

''थंडी वाजेल विद्या.'' ती म्हणाली.

''नाही वाजणार.'' तो शाल पांघरत म्हणाला. तीही त्याच्या बाजूला बसली. खालच्या पायरीवर. रातराणीचा मंद वास जाणवला. चेटूक केल्यासारखा चंद्राचा प्रकाश सर्वदूर शिंपडलेला... पायरीवर ठेवलेल्या कुंड्यांची पानेही त्या प्रकाशाच्या पट्ट्यात होती. आतला दिव्याचा उजेड मात्र निरर्थक वाटत होता. ती तो दिवा मालवून पुन्हा पायरीवर बसली खाली.

''काल हा सगळा प्रकाश माझ्याकरताच पडला आहे, माझ्यावर, माझ्या माणसांवर, वस्तूंवर असे वाटत होते. सकाळी मात्र एकदम वेगळेच झाले. आपले जगण्यातले सगळे हेतूच हरवले आहेतसे वाटले. आता मात्र वाटते की तू आणि मी अजूनही या प्रकाशाचाच भाग राहिलो आहोत. नाही?'' तो हसला.

''मला तुझ्याकडे येता आले हे फार चांगले झाले देवकी!'' तो म्हणाला.

''माझ्याकडे कुठे आलास? व्याख्यानाला तर आलास!''

''ते निमित्त गं. मला तुझ्याकडेच यायचं होतं. लांबच्या प्रवासाला निघायचे आहे. त्यापूर्वी...''

''लांबचा प्रवास? कुठे परदेशात..?''

''त्याहूनही लांब. परत येण्यासारखा नाही.'' ती विश्रब्ध बसली होती ती एकदम शंकित झाली. त्याच्याकडे पाहिलं. चंद्रप्रकाशाच्या जाळीदार कवडशात तो दिसला. कृश, उतरलेला, खांदे ओघळलेला, गाल बसलेले, डोळ्याभोवती काळं.

तिला क्षणभर कळवळल्यासारखे झाले. खांद्यावरची शाल मागे घरंगळली. ती तशीच राहू देऊन तो म्हणाला, ''कॅन्सर घशाचा... पाच-सहा वर्ष सगळं ठीक होतं. आता सेकंडरीज् सुरू झाल्यात. तशी तब्येत बरी आहे. पण जवळ वेळ किती आहे हे कळत नव्हतं. मग तुझी आठवण आली...'' ती खालच्या पायरीवरून त्याच्याजवळ बसली. जवळ सरकली. ''विद्या...'' तिचा आवाज थरथरला.

''पण मी जगायचं ठरवलं आहे. रक्ताच्या शेवटच्या थेंबापर्यंत उपचार करून घेईन. जितकी वर्ष महिने दिवस मिळतील तितके. बघ नं उतारवयात मूल व्हावं तशी माझी संस्था आणि माधवीही...''

''मी मी आहे नं. मी पाहीन.'' ती एकदम बोलून गेली . आवेगानं... त्याचा हात पकडून आणि क्षणात सोडून देऊन. तिचा हात त्याने धरला.

''पण देवकी मी जे सुरू केलं त्याच्या अस्तित्वाची बीजं त्याच्यातूनच पडावी, वाढावी. एक चक्र सुरू राहावे. इतके करता येईपर्यंत आयुष्य हवे आहे बस्. हा मूर्खपणाच आहे खरं म्हणजे! जे इतकं अनियमीत, बेभरवशाचं आहे त्याला मी स्वतःच्या मनातले रूप देऊ पाहतोय. ज्याचा आकार माहीत नाही त्याला चक्र म्हणतोय.''

थंडी वाढत होती. दीड, दोन, अडीच, तीन बोलणे सरत नव्हते. तीन वाजता ड्रायव्हर उठवायला आला. अलार्म वाजला म्हणून. पण दोघं तयार होती. थर्मासमधे दूध, बरोबर बिस्किट तिने दिले. ड्रायव्हरने गाडी काढली. गाडीत बसण्यापूर्वी विद्याधरने शाल तिच्या अंगावर टाकली. तिला कळले ही त्याला आज मिळालेली शाल आहे. त्याचा गरम उबदार स्पर्श. ''काही राहिले का पाहून घे.'' ती म्हणाली. उगाचच तो गमतीने म्हणाला, ''हे जाळीदार कवडसे आणि रातराणीचा वास.''

''मग त्यासाठी निदान आज रात्री तरी मुक्काम करावा लागेल.'' ती म्हणाली.

तिने सुधीरला उठवले. त्याने निरोप घेतला.

''मी सोडायला जाते.'' तिने सांगितले.

गाडी राईट टाईम होती. ती आली. दुरून गाडीचे दिवे जवळ येताना दिसले.

''मघा सांगायला विसरलो. मी यावेळी तुझ्याकडे थंडीचं दव पडलेलं पाहिलं. झाडांच्या पानांवर, कारवर.''

''ते नेहमीच पडतं थंडीत.''

''हो. पण मला आज दिसलं. लहानपणी आईबरोबर उठायचो पहाटे, त्याच्यानंतर थेट आज.''

''कमाल करतोस! पहाटे कधी उठत नाहीस का?''

''पहाटेचे दवबिंदू मोजता आले पाचच्या वर म्हणजे आयुष्य वाढतं असंच आई म्हणायची.'' तो म्हणाला.

तिला वाटले आता आपल्याला रडू फुटणार. पण गाडी धाड धाड करत आली. त्या वेगानं ती क्षणभर मागेच सरकली. गाडी स्थिर झाली. तो गाडीत चढला. काल गाडीतून उतरला होता. आज चढत होता. काल आला होता. आज जात होता. ती आवेगाने थरथरायला लागली. ती रडतेय हे तिच्याही आधी त्याच्या लक्षात आले. तो गाडीच्या दारात उभाच होता तो खाली उतरला. तिला त्याने जवळ घेतले. थोपटले. खाली घसरलेली शाल तिच्या अंगावर लपेटून दिली. तिच्या कपाळावर ओठ टेकले.

''देवकी.'' तो कुजबुजला आणि गाडीत चढला. गाडीची शिटी झाली. गाडी हलली. रूळ हळूहळू रिकामे झाले. ती संथपणे स्टेशनबाहेर आली. ड्रायव्हर अदबीने उभा राहिला. दव पडले होते. थंडी विलक्षण होती. आभाळ लाल निळे, फिक्कट निळे आणि एका बाजूला तांबडे रंगत होते. कलश पुन्हा भरत होता. कुणी भरून द्यावा तसा.

युगवाणी २००१ दिवाळी

■

ॲन्टिक

~~~~~~~~~~

दिल्लीची थंडी. कडाक्याची. डिसेंबरची अखेर. धुक्याचा दाट गडद थर. सकाळचे सात झाले, तरी फर्लांगभर अंतरावरचे काही दिसत नव्हते. चिनूला घेऊन ती खाली उतरली. मधले थोडेसे अंतर पार करून मिंटो रोडवर आली. पूर्ण मिंटो रोड मागेपुढे धुक्याने जसा भरून गेलेला. त्या धुक्यातून शाळेत जाणारी, स्कूल ड्रेस घातलेली मुलं. काहीतरी स्वप्नातल्यासारखे वाटले. अद्भूत. त्या थंडीचा वेगळाच रंग होता आणि वेगळाच वासही. बस येताना दिसली. लांबून, धुक्यातूनच थांबली. बसच्या काचा बंद. दार उघडले गेले. चिनूसारखीच गोड गोबऱ्या गालाची मुलं स्वेटर, कानटोपी. मोजे. बूट घालून होती. चिनू चढली. तिचा हात सोडून. गदड रंगाचे चॉकलेटी स्वेटर, स्कार्फ, मोजे. मागे चिमुकले दप्तर. वॉटरबॅग. छोट्या पावलांनी बसमध्ये चढली. बस सुरू झाली. धुक्यातून आलेली बस पुन्हा धुक्यात गेली. आता कुठे शामलाला वाटले की थंडी आहे. बरीच. तिने शाल चांगली घट्ट लपेटून घेतली. पुन्हा मधले अंतर पार करून ती तिच्या बिल्डिंगपाशी आली. गुरखा दोन्ही हात एकमेकांवर घासत, अंगाची जुडी करून पायरीशी बसला होता. त्याच्याकडे पाहून ती हसली. वर आली. तिच्या फ्लॅटमध्ये समोरच सगळा चिनूचा पसारा. तिचे हट्ट. तिने केलेली दमणूक. उठल्यापासून ती खाली उतरेपर्यंत. ती स्वतःशीच हसली. एरवी सकाळी चिनूचे नाचवणे सुरू झाले की ती चिडते. पण आज तिला चीड येत नाही. उदयन परवाच जर्मनीला गेला. दीड महिन्याकरता. तो नसला की तिला मुलांवर कधी चिडावे वाटत नाही.

तिच्यासारखी, मुलंही त्याच्याशिवाय एकटी पडतात. हे तिला कळते. पलंगडीत निक्कू गाढ झोपलेला. सव्वा वर्षाचा निक्कू रात्री जागवतो आणि सकाळी चांगला

झोपतो. दहा वाजेतो. उदयनची आईही लवकर उठत नाही. थंडीचा त्यांना त्रास होता. पाळण्यात झोपलेला निक्कू खूप गोड दिसतो. गुबगुबीत गोरा भरपूर जावळ. झोपेत हसतो आहे आणि गालाला चक्क खळी पडते. ती ऑफिसला जाण्याआधी तो उठावा, असं तिला कितीदा वाटतं. पण तो बहुतेक उठत नाही. उठवलं तर झोप अपुरी होऊन रडतो. हळूहळू धुके वितळते आहे, हे खिडकीच्या काचेतून दिसले. ती कामाला लागली. ई-मेल बघून घ्यायची आहे. काल रात्री चेक केली नाही. बाई साडेआठला येते. आंघोळ करायची आहे.

तिने गीझर सुरू केला. गरम पाण्याची धार बादलीत पडायला लागली. त्याच्या गरम गरम वाफा. तिला खूप कडक पाणी लागते. गरम गरम घंगाळं भरून पाणी. आईकडचे पितळी घंगाळं, चक्क घासून पुसून लख्ख केलेले. बाजूला दोन कड्या. घंगाळं भरून पाणी लाकडावर तापवलेल्या पाण्याचा विशिष्ट वास... बादलीत गीझरचे पाणी पडायला लागले की पुष्कळदा आठवते ते...

दारावर थाप... तिने दार किलकिले केले ''फोन है आपका'' बाईने सांगितले.

''मांजी को बोलो'' ती म्हणाली. उदयन नाही म्हणजे काही महत्त्वाचा फोन नसणारच... ती बाहेर आली.

''कुणाचा फोन?'' तिने उदयनच्या आईला विचारले.

''तू नाही कळलं, तर थोड्या वेळात करतो म्हणाले, तुझाच होता.''

''नंबर घ्यायचा होता.''

''सांगितलं तसं. पण फोन पुन्हा करतो म्हणाले.''

ती निघेतो तो फोन आला नाही. निक्कू मात्र उठला होता. पायाचा अंगठा तोंडात घालून मजेत हसत होता. भूक बिक काही नव्हती गुलामाला. त्याच्याशी गोष्टी करण्यात थोडा वेळ गेलाच. ती बाहेर पडत होतीच. तो पुन्हा फोन.

''आता रात्री करायला सांग नऊनंतर. नाहीतर मेसेज घे...'' तिने सांगितले. ती बाहेर आली. तर थंडीचा स्पर्श निक्कूच्या जावळासारखाच होता.

ती घरी परतेपर्यंत एकदम अंधार पडून गेला. फक्त सहा झाले होते. तरी थंडी खूप. या दिवसात संधिकालाची रेषा फार अरुंद असते. नकळत एकदमच अंधार होऊन जातो. उदयनचा फोन येऊन गेला होता. निक्कूशी बोलला म्हणे तो. निक्कूला अजून बोलता येत नाही. फोन हाती दिला की तो मजेदार आवाज करतो. पलीकडचा उदयनचा आवाज तेवढा ओळखतो. रात्री पुन्हा करणार होता उदयन फोन तिला.

रात्री सव्वानऊला फोन आला. चिनू झोपली होती. निक्कूची मस्ती सुरू होती. उदयनचा असेल वाटलं... शामल धर्माधिकारी आहेत? पलीकडून आवाज आला.

फोन उदयनचा नव्हता. पण आवाज थोडासा कुठंतरी परिचित वाटला.

लगेच थोडं जाणवलं. शामल म्हणणारा एक एकच आहे. बाकी शामला म्हणतात.

"...बोलते आहे."

"मी भूषण सरदेसाई" पलीकडून सांगितलंच.

भूषण! ती सेकंदभर स्तब्ध झाली.

पलीकडून पुन्हा आवाज, "शामलच नं?"

"हो. मी बोलतेय. तू भूषण?"

"मग सांगतो तर काय!"

"केव्हा आलास?"

"एक वीक झाला!"

"आणि आता फोन करतो आहेस?"

"एक वीक आहे अजून."

"कुठे असतोस?"

"सध्या हाँगकाँगला."

"छान आहे तुझं. सगळं जग फिरतो..."

निक्कू आता फोन मागत होता. त्याची वायर ओढत होता. स्वत: बोलायचं म्हणत होता. तिने त्याला एका हाताने धरून ठेवले.

'अरे', ती त्याला म्हणाली.

"हॅलो हॅलो" पलीकडून पुन्हा...

"हं. बोल. अरे निक्कू. माझा मुलगा फोन ओढत होता. खूप बंड आहे."

तिला वाटलं की तो निक्कूबद्दल काही विचारेल. पण तो काही बोलला नाही.

"घरी ये न तू उद्या. जेवायलाच ये रात्री."

"घरी कोण आहे? म्हणजे असतं?"

तिला त्याचा तो प्रश्न चमत्कारिक वाटला. खटकला त्याचा टोन.

"उदयन जर्मनीला गेला आहे. मुलं नि उदयनची आई..."

"तूच ये त्यापेक्षा..." तो एकदम म्हणाला.

"उतरला कुठे आहेस?"

"अकबर हॉटेल."

"कधी येऊ?" तिनं विचारले. थोडा विचार करून.

"मी सध्या खूप बिझी आहे. मी फोन करतो पुन्हा."

"मी घरी साडेपाच सहाला येते. त्यानंतरच जमेल. तुला हा फोननंबर कुणी दिला?"

“नागपूरला गेलो होतो. मामा गेल्यानंतर गेलोच नव्हतो नं!”

“आमच्या घरी गेला होतास?”

“नाही. तितका वेळच नव्हता...” त्यानेच फोन ठेवला. साधा फोन. तो या शहरात आल्याचं कळवणारा. त्याहून दुसरं काय! तो तिच्या घरी गेला नाही. त्याचे मामा मागच्या वर्षीच गेले. तेव्हा तो आलाही नाही. त्या मामांकडे त्याचं पूर्वीचे सगळे दिवस– त्याचे आई-वडील गेल्यावर मामांनीच त्याला आणले. तेव्हा सहा-सात वर्षांचा होता. एवढ्यात बायकोशी जमत नसल्याचं कळलं होतं... एक मुलगीही आहे. त्याच्या घराच्याबद्दल काही विचारले नाही आपण. नाही म्हटलं तरी एक्साईट झालोच थोडे. तिला वाटलं... सगळ्या जागा अस्पर्श राहून गेल्या. फोनवर जास्त काय होऊ शकते?

“कुणाचा फोन गं?” उदयनच्या आईनं विचारले.

“भूषण सरदेसाई. सकाळी येऊन गेला न फोन.”

“कोण आहेत?” उदयनच्या आईला सर्व तपशील हवा असतो.

“मित्र आहे माझा. इथे कामाला आला आहे. नागपूरला आम्ही जवळ राहत होतो अनेक वर्षं...”

“अग मग जेवायला बोलवायचं!”

“म्हटलं पण नाहीच म्हणाला.” तिने सांगितले. त्यांना सांगण्यासारखे इतकेच होते. बारानंतर निक्कू झोपला मस्ती करून. आई केव्हाच झोपल्या. थंडी जाणवायला लागली. बारानंतर थंडी जास्त गहिरी व्हायला लागली. तिने जुना आल्बम काढला. जुने कॉलेजचे दिवस. सगळे दिवे मालवले. उशाकडचा दिवा लावला. त्या प्रकाशात तो आल्बम– सगळीकडचे दिवे मालवले असताना. ती किती रोड. दोन वेण्या. शाळकरी मुलगीच वाटत होती. आणि तो! तोही तसाच हातात माईक. काहीतरी हिरीरीने सांगत होता. नंतर कॉलेजची नाटकं... त्यानंतर कॉलेजच्या बाहेरची. एकदा नाटक घेऊन दिल्लीला आलो होतो, डॉ. सुखटणकरांच्या ग्रुपबरोबर. थंडीचे, कडक थंडीचे दिवस... नाटकाचा वेडा तो ग्रुप. थंडीतले ते शहर. त्या दोघांनाही खूप आवडले. सरोजिनीनगरचे मार्केट भटकलो. जनपथ रोडवर थंडीत हातात हात घालून फिरलो. तिथली ॲन्टिकची दुकानं पालथी घातली. खूप वस्तू मनात भरत होत्या. पण खिसाच खाली होता. काही विकत घेता येत नव्हते. तरी ते तसे नुसते फिरणेसुद्धा किती मर्माचे होते. बंगाली मार्केटमधे गरम मक्याची रोटी. त्यावर मख्खन सोबत सरसू की साग... तिच्या हातात हात गुंफून तो त्यावेळी म्हणाला होता तिच्याकडे झुकून–

शामल हे आपलं शहर... आपण इथे राह्यचे... नाटकाची सगळी बक्षिसं घेऊन त्यावेळी सगळी परतली. सरिता, क्षमा, अरुण, केतन, तो... भूषण आणि

ती... डॉ. सुखटणकरांनी मोठी पार्टी दिली. त्यानंतर एकेक पांगली. नाटक नंतर कुणालाही भेटलं नाही. भेटलंही तरी तसं भेटलं नाही. तो आणि तीही नाही. तो महत्त्वाकांक्षी होता. त्याला मामाचे घर सोडायचे होते. त्याने झेप घेतली. दूर परदेशात. जाताना विचारायचा प्रश्नही नव्हता. नाटकाचा पडदा उघडण्यापूर्वीचे ते सगळे... शेवटच्या घंटेला वेळ असला की सनई लावून ठेवतात तसं... त्या स्वरात काही कोणी अडकून पडत नसतो... तिने समजून घेतले. लवकरच समजत गेलेही. मध्ये नागपूरलाच भेटला. तेव्हा वाटले होते थोडावेळ की ती अजूनही कदाचित एका संधिकालावर उभी असेल. किती दिवसांनंतर बटबटीत शिवणीसारखी ती जोडाची रेघ... आणि आता त्याचा फोन... भूषणचा... तिने फोनची वाट पाहिली. फोन मंगळवारी आला होता. तर बुधवारपासूनच पाहिली. गुरुवार, शुक्रवार फोन आला नाही. शनिवार, रविवार तर सुट्टीच होती. फोन यायला काही हरकत नव्हती. जायचे असेल तर वेळही होता. सोमवारही उलटला. त्याने स्वतःचा नंबरही दिलेला नाही. अकबर हॉटेलमधेच चौकशी करावी का? तो आता परत गेलाही असेल. त्याला वेळ नसेलच मिळाला असंच तिला वाटलं. मंगळवारी ती चिनूला सोडून परतली. खूप थंडी, धुके. काचेपलीकडे तर आज काही दिसतच नव्हते. घरातही ते धुके जसे येऊन बसलेले. निक्कूला आज थोडी कसर होती. ऑफिसला जाऊ की नाही असे वाटत होते. तिने गीझर बादलीत सोडला आणि निक्कूजवळ येऊन उभी राहिली. ताप फार नसेल पण कालपासून– रात्रीपासून आहे कणकण. ती बाथरूममध्ये गेली. दार बंद करणार, तो फोन. ती तडक बाहेर आली. अधीरतेनं फोन उचलला. तो भूषणचाच होता.

"भूषण सरदेसाई बोलतोय." तो त्याच्या स्टाईलने म्हणाला, नुसते भूषणच म्हटले असते तरी चालते.

"अरे पत्ता काय तुझा?" ती म्हणाली.

"सॉरी, खूपच बिझी होतो आणि आज जायचे आहे."

तिला चुटपुटल्यासारखे झाले... "कितीची फ्लाईट?"

"रात्री बारा चाळीसची..."

"मग जेवायला ये. इथूनच जा. संध्याकाळीच ये सामान घेऊन."

"त्यापेक्षा तूच ये. इकडेच डीनर घेऊ. परतताना मी तुला सोडून जाईन."

ती एकदम हो म्हणाली नाही. निक्कूला बरं नव्हतं. बाई संध्याकाळी थांबते की नाही. "काही अडचण आहे का?"

"नाही येते मी. साडेपाच सहाला. लवकर परत येईन मात्र." ती म्हणाली. त्याने रूम नंबर सांगितला. फोन बंद झाला. तरी ती क्षणभर तशीच उभी होती.

ती ऑफिसमधून लवकर परतली. थंडी आज जास्तच होती. घरातून बाहेर पडू

नये वाटत होते. निक्कूला थोडा ताप होताच. तरी तो खेळतही होताच तापात.

“लवकर आलीस?” आईंनी विचारलं.

“पुन्हा जायचे आहे. सकाळी फोन आला होता न!”

“एवढ्या थंडीत...” त्या पुटपुटल्या.

“तुम्ही थोडं पहाल नं निक्कूकडे... औषध वगैरे देऊन जाते.”

“गेलंच पाहिजे का?”

“नाही असंही नाही. पण नाही गेले तर भेटलो नाही असे होईल. आपल्या शहरात येऊन...”

ती तयार झाली. थोडी काळजीपूर्वक. आपण थोडं अधीर आहोत, हे तिच्या लक्षात आलं. मनावर थोडा ताणही... निळा पंजाबी. फिक्कट निळी ओढणी. पांढरे शुभ्र स्वेटर पूर्ण बाह्यांचे. शॉल पांढरीच. एरवी एका हाताला नुसते घड्याळ असते. आज तिने दुसऱ्या हातात एक बांगडी घातली. सोन्याची, पर्समध्ये जरा जास्त पैसे घेतले. अकबर हॉटेलजवळ एक शॉपिंग कॉम्प्लेक्स आहे. त्याच्याकरता काही घेऊ; त्याच्या घराकरता. त्याची बायको, मुलगी, सगळ्यांना मिळून असं. ती जायला निघाली तशी बाई निक्कूला घेऊन बाजूला झाली. त्याला कुणाचेही बाहेर जाणे समजते. आईचे तर सर्वात जास्त. आता ती ऑफिसमध्ये जात नाही, हेही कदाचित कळते. चिनू मात्र खेळत होती.

ती मिंटो रोडला आली. टॅक्सी घेतली. “चाणक्यपुरी, अकबर हॉटेल.” तिने सांगितले. टॅक्सी धावू लागली. थोडा उजेड होता अजून. पण तोही अंधारतच होता. थंडीचे प्रहर त्याला वेढून घेत होते. निरुलावरून गाडी गेली, त्यावेळी त्या थंडीत निरुलामध्ये आईस्क्रीम खाल्ले होते दोघांनी, त्याची आठवण झाली. तिला हसायला आले. त्याला आइस्क्रीम फार आवडते. मग थंडीबिंडी बघत नाही तो.

त्या वयात काहीही चालत होतं. टॅक्सी धावत होती. जनपथ रोड, तिथली ॲन्टिकची दुकानं. हात पर्सवर गेला आज पैसे आहेत भरपूर. तिच्याजवळ. त्याच्याही जवळ. त्याला तर कशाची गरजही नसेल. जगभर फिरला. त्यानेच किती वस्तू जमवल्या असतील. जुन्या पुराण्या. त्यालाच शौक होता. त्यावेळी त्याला ती नटराजाची मूर्ती हवी होती. तिने डोळे मिटून घेतले तरी जाणवत होते. आफ्रिका अव्हेन्यू की सरोजिनीनगर? सफदरजंग, एअरपोर्ट, पालिका बाजार कुठल्या रस्त्याने कुठे जातो आहोत! की रस्ते आणि जागा यांची सरमिसळ होऊन गल्लत झालेली आहे! काळाचीसुद्धा! कॅलेंडरवर लाल वर्तुळाने नोंदवल्या जातात त्या पुढच्या तारखा. इथे तर मागचे सगळे... तिने डोळे उघडले. चाणक्यपुरीच्या चौकात गांधींच्या दांडी यात्रेचे ते पुतळे. अखंड दगडातून काढलेले. गांधीजींचा एक पाय पुढे. एक मागे. त्यांची ती चालण्याची विशिष्ट ढब. टोंगळ्यापर्यंतचे आखूड धोतर. अंगावरचा पंचा हातात काठी. मागून

सगळे जिवंत. हुबेहूब. जणू ती दांडीयात्रा दगडी नव्हतीच. चौकातल्या दिव्यांचा उजेड त्या यात्रेवर पडलेला. त्या उजेडात ते पुतळे चमकत होते. तेव्हा तिला कळले की एकदम अंधार झाला आहे. शॉपिंग कॉम्प्लेक्सशी तिने टॅक्सी थांबवली. थंडी आता जशी अंगावर धावूनच आली. शाल तिने घट्ट लपेटूनच घेतली. इकडे तिकडे पाहिले. अकबर हॉटेल. सुंदर सिनेमा हॉल, ती निऑन लाईटमधली झगमगती अक्षरं, शॉपिंग कॉम्प्लेक्स आणि तिथेच ते ॲन्टिकचे दुकान. ती त्या दुकानाशी जाऊन उभी राहिली. बाहेर अंधार आणि थंडी. आत दिव्यांचा झगझगीत उजेड आणि ऊब. त्याला घेऊनच इथे येता आले असते, तर त्याच्या पसंतीने... आता तेवढा वेळ नाही. पटकन जे समोर दिसेल ते. ती दुकानात शिरली आणि वेडावल्यासारखेच झाले. दिसेल ते लगेच घेऊन मोकळे होणे कठीण वाटले. थोडीफार गर्दी होतीच. डिसेंबरअखेर. समोर नवीन वर्ष. दोन दिवसांनीच एकतीस डिसेंबर. या वर्षीचा शेवटचा दिवस.

"येस प्लीज..." रिसेप्शनला एक मुलगी होती. तरुण– तिने अदबीने विचारले, ती एका ठिकाणी नुसती उभी होती ते पाहून. ती थोडी आत गेली. नटराजाची एक मूर्ती होती सुंदर. छोटी, अप्रतिम. शो-केसमध्ये मावावी अशी. ती हातात घेतली आणि ठेवून दिली. ती दोघंही आता त्यापासून दूरच गेली होती. मग दोन कॅन्डलस्टँड दिसले. तेही वेगळे वाटले. दोन एकत्र घ्यायचे होते. एका बाजूला एक. दुसऱ्या बाजूला दुसरा असे. एक थोडी उंचशी अरुंद चौकट. त्यावर तो स्टँड. जवळ जाऊन पाहिले, तो त्या चौकटीवर स्त्रीचे अनावृत्त शरीर रेखलेले. ती अनावृत्त आकृतीही तिला आवडली. ती स्वत:च स्त्री असूनही तिला ती पाहत राहावीशी वाटली. मेणबत्या त्या स्टँडवर लावल्यावर त्या मंद प्रकाशात त्या स्त्रीच्या शरीरावरच्या रेषा, तिची सलज्ज नजर जास्त चांगली दिसली असती. पण भूषणला कसे द्यायचे! किंमत पाहिली तर तीही खूपच होती. मनात तो कॅन्डलस्टँड जसा काही रुतून बसला. तिथून थोडी पुढे सरकली, तर तिला ते दिसले. अचानक, ती घाईनं जवळ गेली. ते एक पितळी घंगाळ होते. छोटे, कड्या असलेले. बारीक सुबक नक्षीकाम केलेले. हाताने उचलून पाहिले तर जड होते. पाणी टाकले तर अडीच तीन मोठे ग्लास पाणी मावेल असे आणि तळाला एक बिल्वदल. अंगभूत असे. इतके जिवंत की पाणी टाकले तर ते तरंगेल, तरंगायला लागेल असेच वाटले. त्या नक्षीमध्ये मधे जाळी असावी, अशी रिकामी जागा– मधून मधून; पण सुसंगत अशी– सोडलेली. राजेरजवाड्यांच्या वेळी हे असेल. या जाळीत त्या वेळी माणकंच जडवली असतील– तिला वाटले. किंमतही तिला बरी वाटली. तिच्या आवाक्यातली. तिने ते पॅक करायला सांगितले. ती अकबर हॉटेलसमोर जाऊन उभी राहिली. दरवान अदबीने उभा. फार वाजले नव्हते. तरी जणू रात्रीचा प्रहर उलटून गेलासे वाटत होते. पण आत गेल्यावर लाऊंजमध्ये मात्र

संपूर्ण प्रकाशातली रात्रच होती. उबदार. रिसेप्शनमधून तिने ती आल्याचा फोन करवला. तो होता. तिला यायला सांगितले. दार उघडले. तेव्हा समोर तो होता. ती आत गेली. गोंधळून उभीच राहिली.

"उशीर झाला तुला." तो म्हणाला.

"हो झाला खरं." तिने हातातले पॅकींग समोर टेबलावर ठेवले. तो थोडा स्थूल झाला होता. पोट जरा सुटलेले. चष्मा लागलेला.

"आता येणारच नाही वाटलं." तो म्हणाला.

"नसतं यायचं तर फोन केला असता." दोघांमध्ये थोडा ताण आहे, असं तिला वाटलं. त्याने सिगारेट काढली. "चालेल नं–" तो म्हणाला.

ती हसली, "चांगलाच फुगलास तू."

"किती वर्षांनी..." तो जरा रिलॅक्स होऊन बसलेला. ती अजूनही जरा अवघडलेली. त्याचे सामानही पॅक करून ठेवलेले समोर. आज निघायचेय त्याला. इकडेतिकडचे बोलून थोड्या वेळाने त्याने विचारले, "काही घेतेस तू! ड्रिंक..."

"नाही."

"मी घेतले तर चालेल न?" त्याने ड्रिंक बनवले.

"तू घेत नाही अजूनही..."

अजूनही या शब्दाचा अर्थ काय– तिला वाटले. "मला कॉफी चालेल."

त्याने फोन केला. मग म्हणाला, "नुसतीच कॉफी?"

"जेवायला जाऊ म्हणालास नं!"

"हो. मला इथे जेवायला नको होते. कुठे गेलो असतो. आता तेवढा वेळ नाही. इथेच मागवावं लागेल..."

"सरसूकी साग..." तिनं आठवण करून दिली.

"मला आजकाल ती चव उग्र वाटते. नाही आवडत."

कॉफीचा ट्रे आला. आईस्क्रीमची आठवण करून द्यावीशी वाटली. खूप थंडी आहे. "मला आता या थंडीची सवय राहिली नाही." तो म्हणाला.

"हाँगकाँग कसं आहे?"

"मोस्ट ॲडव्हान्सड् आता इथे आवडतच नाही."

"किती वर्षं झाली तिथे आहेस?"

"चार." थोडा वेळ बोलणे थांबले. अडखळले. "जुने कोणी भेटले? सरिता. अरुण, कपिल?"

"कपिल भेटतो कधी कधी. कधी फोनही करतो. बाकी कुणी नाही. कपिल तर पुरा बिझिनेसमन झाला आहे. मुंबईला आम्ही एका नाटकाला गेलो होतो दोघं, तर एक अंक पूर्ण पाहू शकलो नाही. नाटक चांगलं होतं तरी... गेलंच ते वेड

डोक्यातून पार...''

''वेड का म्हणतो!''

''वेडच नाही तर काय!''

तिला म्हणावंसं वाटलं, ते वेड नको म्हणू. त्यावेळेपुरती ती खूप खरी गोष्ट होती.

''इतकं जग फिरलास. तऱ्हेतऱ्हेची माणसं पाहिली असशील; अनुभवली असशील.''

''हो. पण ती माझ्यापुरती. माझ्या नजरेनं. स्वत:ला मोकळं ठेवून नाही.''

''पण मूलभूत... असं काही जाणवलं असेलच नं... काही गोष्टी समानही सापडल्या असतील.''

''सांगता नाही येत. तसा विचारच नाही केला.''

उदयन पुष्कळ गमती सांगतो. तो इंडोनेशियाला गेला होता. पुष्कळशा बिल्डिंगच्या नावांमधे, अनेकदा व्यवहारातही संस्कृत शब्द होते म्हणे.

त्याने सिगारेट पेटवली. धुरातून तो तिच्याकडे पाहत होता. ती किती चांगलं बोलत होती, आतून. तरी ते त्याच्यापर्यंत पोचत नव्हतं.

''इस्त्रायलला एका चर्चमध्ये एका बाजूला रोमन कॅथॅलिक प्रार्थना करतात. दुसऱ्या विंगमध्ये प्रोटेस्टंट. मध्ये एक अदृश्य भिंत. इकडच्या प्रार्थनेचा स्वर तिकडे चालत नाही म्हणे. ज्याची प्रार्थना करायची तो येशू मात्र एकच. त्या चर्चजवळच एक अतिशय सुंदर समुद्रकिनारा आहे म्हणे. त्याकडे पाहिलं की सगळे राग, द्वेष विरत जावे असा. पण...'' ती हसली.

''खरं आहे. सगळे संघर्षच कशाकरता करतात. शेवटी हा संभ्रम पडतो.'' तो म्हणाला, कोरडेपणाने. तो आता काहीसा अस्वस्थही झाला. असं काही आतून आजकाल बोलावंसं वाटत नाही. पूर्वी बोलत होतो. वाद घालत होतो. अटीतटीनं.

''तूही खूप फिरलीस नं...''

''नाही. मी कुठे गेले नाही.''

''मुलं लहान होती. आहेत. धाकटा तर सव्वाच वर्षाचा.'' तिला निक्कूची एकदम आठवणच आली. त्याला बरं नव्हतं. औषध देऊन आले. त्यानेही मुलांबद्दल काही विचारलं नाही. तिनेच उदयनचा विषय काढला होता, तरी त्याच्याबद्दलसुद्धा अवाक्षर नाही. साधी औपचारिक चौकशीही नाही. तिच्याबद्दलही नाही. तिचा जॉब, तिचे घर.

''नागपूरला किती दिवस होतास?''

''फक्त तीन दिवस.''

''मामा गेले तेव्हा तू येशील वाटलं होतं.''

"तू गेली होतीस?"

"होतेच मी त्यावेळी तिथं."

"मी नाही आलो. मामीही नव्हत्या. माझे कुणाशी संबंध जुळले नाहीत. एवढा मोठा बंगला. मुलांनी तिथे बुचू बुचू फ्लॅट बांधले." तिला हसू आले. बुचू बुचू शब्द तर जुनाच ठेवला!

"इतका बदल तर होईलच नं." ती म्हणाली, त्याने पुन्हा ड्रिंक ग्लासात ओतले. त्याला थांबवावे का? तिला वाटलं.

"तुझ्या मामाकडे एक टाके होते. त्याभोवती कुंड्या होत्या. माझी चाळ त्या टाक्यात पडली होती. आई मारेल म्हणून मी रडले होते. काढायला गेला तर तू पडला होतास."

"तुला खूप आठवतं!"

"सगळंच नाही. काही आठवतं मात्र." ती उठली. तिने ते टेबलावर ठेवलेले पॅकींग घेतले. उघडले. त्याच्यासमोर ठेवले. क्षणभर त्याचे डोळे बदलले.

"हे तुझ्याकरता, म्हणजे तुझ्या घराकरता. इतके दिवसांनी भेटलास. तुझी बायको, मुलगी सगळ्यांकरता मिळूनच घेतलं समज."

"आमचा डायव्होर्स झाला. मुलगी बायकोजवळ असते."

– तो तिच्याकडे न पाहता म्हणाला, "मला थोडं माहीत होतं की तुमचं ठीक नाही. पण हे माहीत नव्हतंच. सॉरी."

"मला मुलीची आठवण आली की मीच भेटतो तिला."

तो आपल्याला त्याबद्दल काही वाटत नाही असं दाखवत म्हणाला.

"कुठे असतात ते लोक?"

"इंडियातच. मुंबईला."

"इकडेच असतास तर कदाचित हे झालं नसतं."

"असं नसतं काही. आम्हाला हा देश आवडत नाही, हीच एक समान गोष्ट आमच्यात होती. आपापले नकार घेऊन जवळ आलेली माणसं फार काळ एकत्र राहू शकत नाहीत."

"तू खूपच कमी राहिलास मात्र... माझ्याकडे येता आलं नाही." ती विषय बदलत म्हणाली.

"काम झालं की इथे राहावंसं वाटत नाही. हा देश आपला वाटतच नाही आता."

"मग कुठे आवडतं? मन रमतं!"

"कुठेही नाही. पण कुठूनही हाँगकाँगला परत जायची वेळ आली की मी रिलॅक्सड् होतो."

"खरं म्हणजे किती तरी वर्षं तुझी इकडेच गेली!"

''हो, पण तो माझा चॉईस नव्हताच.'' तो हसून म्हणाला.

''जाऊ दे. थँक्स फॉर द प्रेझेंट. आवडले मला फिंगर बाऊल.'' त्याने ग्लास ओठाला लावला आणि ठेवून दिला.

फिंगर बाऊल! त्याला खूप जास्त झाली होती बहुतेक. तिला खोलवर काही तुटलं. टोचलं. असूही शकेल. पूर्वी राजेरजवाड्याच्या वेळी... धुतलेही असतील त्यात हात कुणी! पानाची पिंकही टाकू शकतं कुणी! पण त्यात एक बिल्वदल काढले आहे. ते कशाकरता! हेही शक्य असेल की एखादी छोटीशी मूर्तीही त्यात अभिषेकाला ठेवत असतील. ती काहीशी अस्वस्थ. सैरभैर. तोही आता ग्लासावरून तिच्याकडे पाहत होता. त्याला ती वेगळीच दिसली. वेगळीच भासली. त्या फिंगर बाऊलमध्ये त्याला पाणी दिसलेही नाही. तीच दिसली. तो उठला. तिच्या मागे आला. ग्लास घेऊनच वाकला. दोन्ही हातांनी तिला वेढून घेतले. घट्ट इतके घट्ट की तिला सरकता येईना. त्याच्या ओठांचा मानेला स्पर्श झाला. त्याचे हात तिच्या स्वेटरची झीप शोधत गेले. तिने ताकदीने त्याला बाजूला केले. त्याच्या हातातला ग्लास खाली पडला. कारपेटवर... त्याच्या नजरेतले आश्चर्य तिला स्पष्ट दिसले. फक्त आश्चर्य. ही तीच तर आहे! पूर्वीची. सहज मिठीत येणारी. येऊ देणारी. त्याचा स्पर्श काय तिला नवा होता? नाहीतर ही आता यावेळी रात्री इथे हॉटेलमध्ये ये म्हटल्यावर येते याचा अर्थ... पण ती...! त्याच्या नजरेतले आश्चर्य तिने निमिषात वाचले. पर्स घेतली. खाली घरंगळलेली शाल उचलली. घट्ट अंगाभोवती लपेटली.

''मला निघायला हवं भूषण, मुलाला ताप आहे माझ्या.'' ती म्हणाली.

तो गोंधळून खिळल्यासारखा झाला. ती लाऊंजच्या झगमगाटाबाहेर आली. कमालीची थंडी. त्या थंडीचा काळपट पडलेला रंग आणि चमत्कारिक वास. कोंदलेल्या सिगरेटच्या धुराचा. ड्रिंकचा... आणि धुकेही. शॉपिंग कॉम्प्लेक्स बंद होत होते. ते ॲन्टिकचे दुकानही. सिनेमा सुटत होता. तिने टॅक्सी घेतली. धुके हळूहळू घेरत वेढत होते. ती टॅक्सीत बसली. 'मिंटो रोड' तिने सांगितले. टॅक्सी सुरू झाली. पुन्हा चौकातले ते गांधींच्या दांडीयात्रेचे दृश्य. आता ते अखंड दगडात जणू गोठून गेलेले. त्यावरला रस्त्यावरच्या दिव्यांचा प्रकाश. तिने डोळ्यावर हात ठेवला. टॅक्सी वळली. समोरचे धुके कापत निघाली. रस्त्यावरचे दिवे अंधारात विरुद्ध दिशेला धावत जात होते. थंड हवेत हलत होत्या त्या कँण्डल स्टँडवरच्या मेणबत्त्या. अंधारासाठीच असलेला तो मंद हलता प्रकाश आणि ती... स्त्रीची ती अनावृत्त आकृती. जुनी पुराणी वर्षानुवर्षांची.

थकून तिनं डोळे मिटून घेतले.

महाराष्ट्र टाईम्स १९९९ दिवाळी

■

पुन्हा एकदा जन्म

~~~~~~~~~~~~~~~~~~~~~~~~

दुपारची चार वाजताची वेळ आता कावेरीला आपली स्वत:ची वाटते. यावेळी पेईंग वॉर्डमधल्या तिच्या खोलीत कुणाचीही वर्दळ नसते. औषधांकरिताही नर्स, सिस्टर लोकांची जा-ये नसते, की कुणा असिस्टंट डॉक्टरचा राऊंडही नसतो आणि यावेळी तिच्याकडे कुणीही व्हिजिटर्स नसतात. तिच्या दिमतीला दिलेली अनसूयाही यावेळी वॉर्डातून चकरा मारते, नाहीतर तिच्या कुणा जवळच राहणाऱ्या मावशीबिवशीकडे जाऊन येते म्हणते. कावेरीचे डॉक्टर पती कॉर्डिऑलॉजिस्ट आहेत. ते रात्री दहानंतर येतात केव्हातरी, थोडावेळ बसून जातात. मुलगीही डॉक्टर होते आहे. याच मेडिकल कॉलेजला शिकते. तीही केव्हातरी उगवून जाते. घरी वृद्ध सासू आहे. तिला कावेरीला भेटायला यावेसे वाटते. चार घटका तिच्याजवळ नुसते निवांत बसून राहावेसे वाटते. तिचा कावेरीवर जीव आहे, पण तिला घेऊन येऊन, पोहोचवून देणारे कुणी नाही. कावेरीचे ऑपरेशन झाले तेव्हा त्या दिवशी कुणीतरी तिला घेऊन आले होते एवढेच. कावेरीच्या, गावात राहणाऱ्या नणंदा-दीरांपैकी कुणीतरी. बस्स त्यानंतर नाही.

कावेरीचा मुलगा कदाचित आला असता, येऊन बसला असता, पण तो घर सोडून निघून गेला. त्यालाही आता तीन-साडेतीन वर्षे झालीत. तो कावेरीच्या घरात पूर्णपणे वेगळा असा वाढला. कुणी तसा न वाढवता. कावेरीनेही नाही. कावेरीच्या घरच्या इतर सगळ्यांसारखा तो घरच्या लोकांच्या आणि स्वत:च्या सुद्धा महत्त्वाकांक्षेचा बळी ठरला नाही. कावेरीला ते मनातून तसे आवडलेच होते. कुणीतरी एकजण हवाच तसा, दर शंभरात किंवा दहा हजारात, तिला वाटते. आता तो तिचा स्वत:चाच मुलगा असावा यावर कावेरीचा इलाज नाही. पण तिला ते आतून हवे होते असे तिला जाणवलेले आहे.

या घरात तिचा तिच्या या मुलाशीच काय तो संवाद आहे. तो घर सोडून तीन वर्षे तरी झाली आहेत. तिला त्याची आठवण येते. अगदी तळातून आठवण येते. तो जवळ असता तर ती त्या-त्या वेळी त्याच्याशी काय बोलली असती, तेही तिच्या मनात येते. तो असा निघून गेला म्हणून तिला त्याची काळजी वाटत नाही. तो काहीतरी वेगळं नक्कीच करत असेल स्वत:करता, याची कावेरीला जाणीव आहे. फक्त तिला एक मात्र टोचतं, त्याने तिलाही विश्वासात घेतलं नाही. तिनं त्याला नक्कीच अडवलं नसतं, हे त्याला कळू नये हे तिला बोचतं. इथे तो कमी पडला की ती, हे तिला कळत नाही आणि मग ती अस्वस्थ होते. या सतत चाललेल्या प्रवाहाशी तिचा म्हणून असलेला दुवा कुठे सैल पडून निखळू पाहतो आहे, असे तिला मग वाटत राहते.

मुलाच्या बाबतीत ती कुठल्याही भ्रमात नाही. इंजिनिअर झालेला आपला मुलगा कधीतरी अकस्मात परत येईल, अशी भाबडी स्वप्नंही ती कधी बघत नाही. पण हे आजारपण अकस्मात उद्भवलं. गर्भाशयात ट्यूमर झाला. स्राव थांबेना. ते काढून टाकायचं ठरलं, तेव्हा मात्र तिला तिच्या मुलाची आठवण आली. तो असता तर... हॉस्पिटलमध्ये येण्यापूर्वी दोघांनी मिळून काही कविता वाचल्या असत्या. निदान त्यावर ते बोलले तर असते. तशा त्याच्या नि तिच्याही आवडीच्या कविता तिला खूप आठवत राहतात...

हॉस्पिटलला निघताना ती काहीशी अस्वस्थ झाली, तेव्हा तिचा डॉक्टर नवरा तिला म्हणाला होता,

"...आजकाल हे ऑपरेशन साधेच झाले आहे. काही कॉम्प्लिकेशन्स नाहीत. सहा-सात दिवसांत घरी येशील.''

कावेरी हसली होती. आपण का अस्वस्थ होतो, हे तिने कुणाला सांगितलेही नाही. तिची डॉक्टर होत असलेली मुलगी... तिलाही नाही. इथल्या डॉक्टर खूप अनुभवी आहेत. त्यांच्याकरिता मोठ्या गर्व्हनमेंट हॉस्पिटलमध्ये ऑपरेशन करायचे ठरलेलं.

ऑपरेशन चांगलं झालं तेव्हा तिची मुलगीही म्हणाली,

"गुड. काही कॉम्प्लिकेशन्स नाहीत. विश्रांती घे आणि मग घरी...'' हो. काही कॉम्प्लिकेशन्स नाहीत– जगणे यापेक्षा जास्त गुंतागुंतीचे असते. कावेरीला वाटले...

आज ऑपरेशनचा तिसरा दिवस की चौथा! तो कितवा दिवस हे कावेरी या चार वाजताच्या तिच्या स्वत:च्या हक्काच्या वेळेपासून मोजून ठरवते... आजचा दिवस तिसरा नव्हे. चौथा. कावेरीच्या उजव्या हाताला वॉर्ड आहेत. या व्हिजिटिंग अवर्सला लोकांची ये-जा आहे. गर्दी आहे. क्वचित गंभीर असे दुखण्याचे रूप आहे. वेदना आहे. दु:ख आहे. डॉक्टरांच्या बुटांची गंभीर टिकटॉक आहे. इथं दारिद्र्यही आहे. कुठे पांढऱ्या

चादरीखाली झाकलेला मृत्यूही असेल... पण डाव्या हाताला खिडकीच्या बाहेर मेडिकल कॉलेजचा परिसर आहे. त्यावरले आभाळ आहे. वसतिगृह आहे. स्कूटर, सायकल स्टँड आहे. शिकणाऱ्या, रात्री जागून अभ्यास करणाऱ्या विद्यार्थ्यांच्या खोलीतले दिवे आहेत. त्या खोल्यांमधले रात्रीच्या उजेडाचे चौकोनही आहेत आणि सर्वांच्या वर स्वत:च्या अस्तित्वाचे जागते भान देणारे ते टॉवरचे घड्याळही इथं आहेच आहे.

या बाहेरच्या म्हणजे कावेरीच्या डाव्या हाताच्या खिडकीबाहेरच्या अननुभूत अशा एका दुव्याने आतले हॉस्पिटलचे कित्येक प्रहर जोडले गेलेत. ती खिडकी आणि तो बाहेरचा स्रोत नसता, तर माहिती नाही या हॉस्पिटलच्या या बाजूच्या वॉर्डातल्या पेशंटनी काय केले असते? कावेरीने काय केले असते? असे कावेरीला वाटते.

आताही साडेचार वाजले आहेत. बाजूचा वॉर्ड... मधला पॅसेज, साईड रूम, सगळे तेच चित्र. वॉर्डाच्या बाजूचे दार लोटलेले. सकाळी टेबलावर ग्लासमधल्या पाण्यात कावेरीच्या मुलीनं ठेवलेली ताजी गुलाबाची देठं... फुलं आता थोडी चिमली आहेत. कावेरी खिडकीबाहेर बघते. एक असीम शांतता नकळत बिंबत राहते. पाऊस थांबलेला आहे आणि थंडी सुरू व्हायची आहे. त्यामधला हा ऋतू... हलकेसे छान वारे... तिचे कुरळे केस कपाळावर येताच हलतात. डोळ्यात शिरतात. ते ती हाताने बाजूला करते. स्वत:चा संथ श्वासही कावेरीला यावेळी कळतो आहे... एक कविता... तिला आणि तिच्या मुलालाही खूप आवडलेली...

घाटावरती काळोखाच्या ढगाखाली
किती वेळ बसून राहशील?
नावाड्याने नाव पुन्हा आणली आहे.
तो तुझ्या माहेराहून आला आहे...

कविता आत आत खोलवर रंध्रारंध्रात शिरत चाललेली....

आता बाहेरचा प्रकाश एकदम सगळीकडून येऊन एका ठिकाणी जणू केन्द्रित झालेला असतो, समोर त्या प्रकाशाचा एक पट्टाच सरळ जातो. संथ नीरव रस्त्यासारखा. रात्रीच्या वेळी रस्त्यावरच्या दिव्यांच्या मंद प्रकाशात ध्यानस्थ नि मग्न भासणारा रस्ताही आता या प्रकाशाच्या अनोख्या पट्ट्यात येतो. वेळ रात्रीची नाही, तरी या रस्त्यावर कुणी नाही. तीच एकटी असावी. कदाचित याच रस्त्यावरून चालून तिचा मुलगा पलीकडे गेला असणार... त्या रस्त्याच्या पलीकडे तिची शाळा दिसते तिला चक्क! पहिले तीच त्या शाळेत शिकलेली आहे आणि नंतर इतके वर्षांनी तिचा मुलगा. तिच्यासारखा दिसणारा आणि तिच्यासारखाच असणारा. ती शाळा, शाळेची घंटा, ते वर्ग, ते सर संस्कृतचे, त्यांचे अस्खलित उच्चार.

तो मेडिकल कॉलेजचा नेहमीचा परिचित परिसर आता पूर्णपणे कावेरीच्या

शाळेचा झाला असतो. तिच्या बेडवरून कावेरीला आता तिची शाळा आणि शाळेतली ती दिसते खरीखुरी. ती इतकी, की ती चमकते. स्वत:ला चिमटा घेऊन पाहते. नाही– तो काही भास नाही. ती शाळाच आहे. कावेरीची शाळा. त्यातला मराठीचा वर्ग आणि त्यातली मराठीच्या सरांनी शिकवलेली कविता..

उपरी सकंटकसाचे परंतु साचे जयात सुरसाचे
घोस असे फणसाचे षण्मासाचे कितीक वरसाचे.

समोरचा प्रकाश आता सहजसा एका वर्तुळात दाटतो आणि ते वर्तुळ म्हणजे चक्क शाळा आहे. तिची शाळा. तिची आणि तिच्या मुलाचीही शाळा. तिची शाळा हीच तिच्या मुलाची कशी होऊ शकते हे तिला कळत नाही. पण ते तसे झालेले ती अनुभवते मात्र आहे. प्रथम तो भास वाटतो, पण आता मात्र तिला खात्री पटते की तो भास नाही, भास आणि खरे यातला फरक तिला कळलेला होता. आता एका वर्तुळात घट्ट जमा झालेला तो तिच्या खिडकीबाहेरचा अननुभूत प्रकाश, हळूहळू विरळ, पातळ होत जातो. वर्तुळाची गोलाकार रेषा मग पुसलीच जाते. प्रकाश क्षीण होत असतो... सहा वाजत असतात. व्हिजिटिंग अवर्स संपले असतात. बाजूच्या वॉर्डमधली वर्दळही, आता कमी होते. मधेच कुणी सिस्टर नर्स येऊन ब्लडप्रेशर घेते. नर्स जाते आणि समोरच्या खोलीच्या दारासमोरून कुणी ओळखीचे, दाट ओळखीचे निमिषात सरकून जाते. सेकंदात ती टेकलेली ताठ होते. डोळे विस्फारून पाहते, ती कदाचित मैथिली असते.

कसे शक्य आहे? ती स्वत:ला चिमटा घेऊन पाहते. नाही. ती जाग्यावरच तर असते!

ती नक्कीच मैथिली...! सुदीपची बायको. तिचे कुणी आजारी असेल... मैथिली! तिच्या तोंडून हाक निघते. पण तिची हाक तिला सुद्धा ऐकू येत नाही. मग मैथिली तर दूरच राहिली. ती उठून दाराशी येते. मैथिलीला तर ती पाठमोरीही ओळखते. इतके वर्षांनी तिची ती साडीही तिला ओळखता आली म्हणजे मैथिलीच. नक्कीच. ती जाताना पुन्हा दिसेल म्हणून कावेरी दारावर नजर रोखूनच पलंगावर बसते आणि परतताना ती मैथिलीला हाकेत चक्क पकडू शकते. मैथिलीला आश्चर्य वाटतं.

"तू कावेरी?"

"हो."

"काय होतंय?"

तिला काय झालं होतं ते ती मैथिलीला सांगते. "सुदीप... तो कसा...?" विचारताना तिचा श्वास जणू थांबतो.

''तुला माहीत नाही का?'' मैथिली विचारते.

''नाही.''

''सुदीप गेला. स्कूटरचा ॲक्सिडेंट...''

''नाही, मला माहिती नाही. तुम्ही कुणी कळवलं नाही.''

''मी पत्र टाकलं होतं. मिळालं नसेल.''

''टाकलंही नसशील.'' कावेरी बोलून जाते.

''टाकलं होतं.'' मैथिली म्हणते नि स्तब्ध होते. तुमची दोघांची जवळीक मला माहीत होती. खरं तर मी बाहेरची. तू सुदीपला 'नाही' म्हणालीस म्हणून मी... त्याच्याशी लग्न केलं... तिला म्हणायचं होतं बहुधा...

''तुमचं सतत काही नवं सुरू असायचं न मैथिली!''

''हो. पण आमच्याजवळ पैसा नव्हता. सुदीपच्या डोक्यात नेहमी नाटक असायचं. नवं ताजं... कधी वाटतं पैसा आणि हे सतत फिरलेलं डोकं या गोष्टी एकत्र येऊ नयेत! काही घडायचं असेल तर घडेल तरी त्यानी...''

''नाटक लिहायला काही पैसा लागत नाही, मैथिली.''

''हे तू म्हणतेस कावेरी!''

''तुम्ही दोघं मिळून काही करू शकला असता. नवं– फ्रेश– आयुष्य वाहत ठेवणारं.''

''का, तू का नाही?''

''नाही, मला ते जमणार नव्हतं. ती तुझीच जागा होती... तुझीच...''

कावेरी स्तब्ध– मघाचा तो प्रकाशही आता मदतीला येत नाही. कावेरी एकटी. अगदी एकटी. सुदीपची बायको समोर उभी असूनही कावेरी एकटी.

''आम्ही दोघंही नव्या नाटकाकरता तुझ्याकडे आलो होतो. आठवतं!'' मैथिली सांगते.

''हो.'' ती नुसती पुटपुटते.

''तू काम करायला नाही म्हणालीस! आठवतं!''

तिला वाटतं, मी काम कसं करू शकणार होते!

''सुदीपनी तुला पैसेही मागितले होते. कावेरी! तो परत करणार होता.''

तिच्या मनात येतं, ''पैसे देणारी मी नव्हते. मैथिली, मी साधी गृहिणी. अकरा ते पाच घरीच असणारी... इतरांकरता फक्त, स्वत:करता मात्र नाही.''

''त्या नाटकाची मूळ कल्पना सुदीपची नि तुझीच होती. तो म्हणाला होता– मुख्यत: तुझीच. हो नं!''

''आता ते सगळं फार दूरचंच झालं गं!''

''का, आता सुचतही नाही नवं काही?''

"खरंच नाही गं! खरंच नाही.''

"सुदीप म्हणायचा, कावेरीचं जे झालं ते पाहवत नाही. शी वॉज ए जिनियस.''

"पण बुद्धी सुद्धा वापरावी लागते न मैथिली! ती या घरात वापरता आली नाही म्हणून माझा मुलगा घर सोडून–'' कावेरीला वाटतं.

"इथं कशी आलीस? कोण आजारी आहे?''

"सुदीपची आई.''

"रूम नंबर? मी भेटून येईन.''

"जनरल वॉर्डमध्ये.''

"का गं?''

"सगळेच कावेरी नसतात नं!''

"तुम्हाला काही इश्यू?''

"सुदीप किती लवकर गेला. आधी परवडत नव्हतं– नंतर तोच नव्हता. सुदीप म्हणायचा नंतर नंतर. आपलं सगळं ज्यात ओतता येईल असं कुणीतरी हवं. आपला मुलगा, मुलगी. हेच सातत्य... हाच प्रवाह वाहता.''

"हे सुदीप तुला म्हणायचा! मैथिली हे तर त्यानी कित्येकदा मलाच म्हटलेलं आहे. मलाच...'' कावेरीला वाटतं. आणि आपलं सगळं ज्यात ओतून टाकता येईल असा काय फक्त आपला मुलगा-मुलगीच असू शकेल? दुसरं कुणीही का नसेल? सुदीपला मी असते तशी... हो. पण मी नसेन तेव्हाचं काय?

"सहा वाजून गेले. जायला हवं कावेरी.'' मैथिली म्हणते आणि जाते.

आठ वाजता कावेरीचा डबा येतो. अनसूयाबाई प्लेटमध्ये वाढून ठेवते. कावेरीच्या सासूने जातीने तिच्या आवडीचा डबा पाठवला आहे, हे तिला कळतं. ती भाजी वाखाणते, कोशिंबीरही...''

"आजीबाईंना दवाखान्यात यायचं आहे, पण कुणी आणत नाही.'' अनसूया सांगते.

"आता दोन दिवसांनी तर मी घरी येणार.''

"तरी पण त्यांना यायचं आहे.''

"मग तू घेऊन ये त्यांना. मी ऑटोचे पैसे देते. पोहोचवून पण दे.'' कावेरी सांगते.

नऊला तिची मुलगी येते. बरोबर कुणी आहे. नजरेवरूनच कळतं की दोघं एकमेकात गुंतलेले...

तोही डॉक्टरच आहे. थोडा वेळ मुलगी चुळबुळत थांबते.

"तुम्हाला कुठं जायचं आहे?'' कावेरीच विचारते.

"हो.''

कुठे, ते ती विचारत नाही. त्यांनी सांगितलं तरी फरक काय पडतो. ती सुदीपबरोबर नाटकाच्या तालमी करायची तेव्हा घरी कुठे सांगून ती वेळ पाळता यायची! प्रत्येकच जणाला या मर्माच्या वेळी असे आतले आणि बाहेरचे दुवे साधायचे असतात, तसे बाहेरचे ते प्रकाशाचे वर्तुळ आणि हॉस्पिटलचे हे वॉर्ड, ते व्हिजिटर्स अवर्स आणि नंतरची ये-जा यापैकी किती कुणाचं कुणासाठीच असं असू शकतं! मुलगी जाते.

साडेदहाला, जरा नंतरच डॉक्टर येतात. त्यांच्यासाठी दार उघडेच ठेवलेले असते. रात्रीचा निळा दिवा लागलेला असतो. वॉर्डमधल्या हालचाली सुस्तावल्या असतात. अनसूयासुद्धा डॉक्टर यायचे म्हणून झोपायची थांबलेली असते आणि भिंतीला टेकून पेंगतच असते.

''झोपलीस!'' ते विचारतात.

त्यांच्या तोंडाचा तिला वास येतो. डोळे चढलेले. ते जवळ येतात. उगीचच नाडी बघतात. जसे डॉक्टर म्हणूनच ते आलेत. तेव्हा तर 'त्या' सेंटचाही सूक्ष्म गंध जाणवतो कावेरीला. ते आणि डॉ. जयंती दोघं मिळून जेवायला गेले असणार... तिला जाणवतं.

''खाली गाडीत डॉ. जयंती थांबल्या आहेत, जरा घाई आहे. निघू मी?'' डॉक्टर आवाजात उगाचच जरा हळुवारपणा आणून म्हणतात.

''हो, निघा तुम्ही...''

''घरीच जाणार की...'' तिला विचारावंसं वाटतं, पण ती विचारत नाही.

''डिस्चार्ज कधी ते विचारलंस.''

''नाही.''

''इतकी साधी गोष्ट तुला आपणहून का सुचू नये!''

''काय घाई आहे! डॉक्टर म्हणतील तेव्हा जायचं...'' ती शांतपणे म्हणते. खरं म्हणजे तिला इथे आवडतं आहे.

''पुढच्या वीकमध्ये मला कॉन्फरन्सला जायचं आहे. त्यापूर्वी तू घरी यायला हवं. तू सेटल झाली की मला...''

आपल्या घरी सेटल कशाला व्हावं लागतं. तुम्ही जायचं तेव्हा जा, मी यायचं तेव्हा येईन... तिला म्हणायचं असतं, पण ती म्हणते,

''मी विचारीन डॉक्टरांना.'' डॉक्टर जातात. त्यांच्या जाण्यात खूप घाई जाणवते. एक उत्सुकता, एक अधीरता, खाली गाडीत डॉ. जयंती बसली आहे...

सकाळी कावेरी ड्युटीवर आलेल्या सिस्टरला विचारते,

''या जनरल वॉर्डमध्ये वसुंधरा फडणीस अॅडमिट आहेत. मला त्यांना भेटायचं आहे. किती नंबरचा बेड....?''

"फडणीस!'' ती नर्स विचारात पडते. पाहून सांगते म्हणते. जाते, ती कितीतरी वेळ येतच नाही. कावेरीला वाटतं, आपण स्वत:च का वॉर्डमध्ये जाऊन बघत नाही. आपल्याला पाहून त्यांना काय वाटेल! आनंदच होईल. सगळे जुने आठवत राहील. एकाला एक जोडलेल्या आठवणी तर किती अनंत असतात. स्पंजिंगला पाणी घेऊन नर्स येते, तेव्हा ती पुन्हा आठवण करून देते. जनरल वॉर्डमधल्या फडणीस... नर्स विसरलीच असते. मग रजिस्टर पाहून सांगते की फडणीस नावाची कोणीही बाई इथे अॅडमिट नाही या वॉर्डमध्ये.

"असं कसं शक्य आहे! मी कालच....'' कावेरी अजिजीनं म्हणते.

"रजिस्टरमध्ये तशी नोंद असती नाहीतर.''

"पण कालच तर...'' कावेरीला कळत नाही.

"आठवलं मला. या नावाच्या बाई महिन्या दोनमहिन्यांपूर्वी अॅडमिट होत्या. याच वॉर्डात.''

"मग?'' कावेरीचा श्वास जणू थांबतो.

"त्या गेल्या. महिनाभर अॅडमिट होत्या, त्या गेल्या तेव्हा शेवटच्या दिवसांत कुणीही त्यांना अटेंड करत नव्हतं. गेल्या तेव्हा एक दिवस बॉडी मॉर्गमध्ये पडून होती. कुणी आलंच नाही. म्हणून ते लक्षात राहिलं.''

स्पंजिंग करून नर्स गेली. कावेरीच्या खोलीचे पडदे ओढून घेतलेले...

आता बाहेरचं आत येत नाही आणि आतले बाहेर जाऊ शकत नाही. जणू एक एक जाड ठप्प पडदा या आतल्या-बाहेरच्या जगामध्ये पडलेला आहे. कावेरीचा गोंधळ होतो. काल मग काय पाहिले? कोण भेटले काल तिला? ती कोणाला भेटली काल? तो काय केवळ भास असेल? कावेरी अस्वस्थ.

दुपारी अकरा वाजता अनसूयाला सासूला आणायला पाठवते. डबाही मग येतानाच आणायचा असतो... सासू अनसूयाबरोबर येते. कावेरीचा ऑपरेशनपूर्वी थकलेला, ओढलेला चेहरा आता पुष्कळच सतेज वाटतो. जणू हे दुखणे तिला मानवले आहे.

"कशी आहेस!''

"चांगले वाटते नं! थोडा थकवा वाटतो.''

"जाईल तोही. खाणं-पिणं चांगलं ठेव. तू अनसूयाला पाठवलं म्हणून मला येता आलं.'' त्या कृतज्ञतेनं म्हणतात.

"हो.''

"खरं म्हणजे कावेरी, इथे येऊन तुला बदल नाही झाला?'' सासू विचारते.

कावेरी चमकून पाहते आणि समंजस हसते. दोघी बराच वेळ बोलत बसतात. मनातलं; घरी कधी बोलता न आलेलं.

"घरी सारख्या गोल गोल फिरतो आपण घाण्याच्या बैलासारख्या..." त्या म्हणतात.

"हो आणि कशाकरता हेही कळत नाही. इथं निदान स्वत:चा स्वत: विचार तर करतो नं आपण!"

"हो." त्या म्हणाल्या. थोडा वेळ कोणी बोलत नाही. मग कावेरी त्यांना म्हणते,

"आपण दोघी एकसारख्याच आहोत नाही का? हव्या असलेल्या अगदी साध्या साध्या गोष्टी सुद्धी आपण स्वत: मिळवत नाही. आताच पाहा, तुम्हाला साधं हॉस्पिटलला माझ्याकडे यायचं होतं तरी..."

"हो गं, आपणच आपल्याला एका खुंट्याला बांधून ठेवले आहे. आणि रोज रोज आपणच तो बळकट करून पाहतो, नाही."

"हो."

"घरी यायची घाई करू नको."

"नाही." हे सांगताना तिला काल डॉक्टर म्हणत होते ते आठवतं. थोडा वेळ बसून तिची सासू अनसूयाबरोबर जाते... दाराचा पडदा हलतो. दार उघडते. वॉर्डमध्ये जेवणाच्या थाळ्या फिरतात... आणि दारातून अनसूया डबा घेऊन येते. टेबलावर ठेवते... हात धुताना सांगते,

"आजीबाई येत होत्या नं, कुणी पाव्हणे उतरले. मग थांबल्या– उद्या यीन म्हणाल्या."

कावेरी जागीच खिळते. आता तर येऊन गेल्या! अनसूयाच तर घेऊन आलेली... पण ही तर आता येतेय! काय झाले! भास आणि खरे यातले अंतरच आपले मिटत चालले का? इतक्या साध्या गोष्टींचे भास! मग ती काही बोलत नाही. मुकाट्यानी अनसूयाने वाढलेले अन्न चिवडते. दुपारी तिला नेहमीसारखी झोपही येत नाही. सुस्तीही नाही.

मग तिची ती इथली हक्काची चारची वेळ येते. वॉर्डमध्ये वर्दळ चालू होते. भेटायला येणारे, अनसूयाही 'जरा जाऊन येते' म्हणते. ती एकटी. खिडकी उघडते. उतरते ऊन नसून कुणी सावली धरली असते. सावळ्या प्रकाशाची सावली. साऱ्या बाहेरच्या दृश्यावर धरलेली कुणी! कळत नाही... ते हात दिसत नाहीत, पण जाणवावे असे वाटते तिला. हे असे कोण करते? हे ते अदृश्य सूत्र– ज्यानी तिच्या मुलाला जायला लावले आणि तिला इथे जखडून ठेवले. यावेळी या अननुभूत प्रकाशाच्या वेळी कदाचित हे कळू शकेलही. ही वेळ या दोन जगांमधला दुवा साधते. काही वेगळे असे जोडू बघते.

आता त्या सावळ्या प्रकाशाची सावलीही बदलते... तो जांभळा किरमिजी

आणि हळूहळू चक्क सोनेरी, नारिंगी, केशरी होत जातो. त्यावर झाडाचा हिरवा रंग चवऱ्या ढाळतो. ती पानंही मंद झोक्याने जणू हलकेच हलू पाहतात. फार मोठा झोका यावेळी त्यांना सहन होणारही नसतो. त्या अद्‌भूत प्रकाशातून– त्या वाऱ्याच्या इवल्याशा स्पर्शातून तो येतो. खिडकीशी– तिचा मुलगा... ती एकदम उठून बसते. तो येईल असे तिला मुळीच वाटले नसते.

"कशी आहेस? एकदम काय झालं?"

"काही मोठंसं नाही. तू यावा म्हणून असेल..." ती हसून म्हणते.

"बरी आहेस न!" तो विचारतो.

"हो. जास्तच बरी आहे. आजारपण मानवलं चांगलं."

"नवं काय वाचलंस?" तो विचारतो.

ती स्तब्ध.

कित्येक दिवसांत तसा नवा स्पर्श नाही आणि हा मर्माचा प्रश्नही विचारणारा कुणी नाही. तिने सुद्धा स्वतःला कधी नाही विचारलेला.

"नवी कविता केलीस!"

पुन्हा तो दुखऱ्या जागेवर बोट ठेवू पाहतो.

"न...नाही."

"तू कसा आहेस!"

"अगदी चांगला."

"माझी आठवण येते?"

"खूप येते. पण तुझी एकटीची नाही. तुझ्या कवितांची येते तुझ्यासकट. आई हे दुखणं एक संधी घेऊन तुझ्याकडे आलंय. तुला त्यानी थोडं थांबवलं. थोडं आत वळून बघायला लावलं. अशा वेळा पुन्हा पुन्हा येत नसतात. आई ती कविता आठवते....!"

"कुठली रे!"

माझे पंख मीच खुडून
समुद्रात टाकून दिले राजीखुषी
अनावर झालो तरी
आता कधी पृथ्वीवरती येणार नाही.
...ज्याला मरणापेक्षाही दुःख
कसे बसे जगण्याचे....

अभू.... अभि... ती हात पुढे करते. तिचा मुलगा त्या केशरी, जांभळ्या प्रकाशात आता दिसतच नाही. तो प्रकाशही जणू सरलाय्... अनसूया सांगते. कुणी आलंय

भेटायला... आता यावेळी कावेरीला कुणाला भेटावंसं वाटत नाही. तेच ते प्रश्न नि तीच ती उत्तरं. बघते तो कावेरीची मैत्रीण. खरं म्हणजे तिची तशी कुणीशीच खास मैत्री नाही. नाईलाजाने ती खिडकीकडची नजर आत ओढून घेते. थकवा जाणवतो. न पेललेल्या विचारांचा थकवा. न जमलेल्या ओझ्याचा शीण... कॉफी घ्यावीशी वाटते.

कावेरीची घराजवळची मैत्रीण आणि तिचा नवरा....

"कशी आहेस?" ती विचारते.

"कशी दिसते?" कावेरी उलट विचारते हसून.

"म्हणायला नको, पण आजारपण मानवतं आहे तुला."

आताच मुलगा येऊन भेटून गेला. तिला सांगावेसे वाटते. पण तिच्याजवळ सांगता यावे अशी ही नाही. मग असे कोण आहेत? कावेरीचे आता बोलण्याकडे लक्ष लागत नाही. जरा वेळाने मैत्रीणही उठून जाते. जाताना फळं ठेवते. अशा फळांनी टोकरी भरलीय. कावेरीला ती नकोच असतात. ती जर आता कुणा आजारी माणसाला भेटायला गेली, तर फळं तर नक्कीच नेणार नाही. त्याला बघून जास्तच आजारी आजारी वाटते. ती दोघं जातात आणि मोठ्या डॉक्टरांचा राऊंड होतो. तिच्या नवऱ्यानी सांगितलेले तिला आठवते, तरी ती सुटी कधी ते विचारत नाही. पण डॉक्टरच सांगतात,

"संडेला डिस्चार्ज देता येईल. वंडरफुल प्रोग्रेस."

संडे म्हणजे परवा! ती बोलत नाही.

"डॉक्टरांचा फोन होता. ते विचारत होते डिस्चार्जचं... म्हटलं पेशंट उत्तम आहे."

एखादा दिवस थांबता नाही येणार? तिला विचारावंसं वाटलं.

डॉक्टर आणि त्यांचा ताफा निघून जातो. कावेरी खिन्नशी होते. जायचे परवा! अजून एखादा दिवस मिळायला हवा होता निदान, ती तेवढी चार वाजताची वेळ. पण सुटी बारा वाजताच्या आधीच होईल. नाहीतर त्या दिवसाचे भाडे लागेल. सगळे हिशेब करून. तोलून मापून. असे शिकायचे. असे पैसे मिळवायचे. असे लग्न, अशी मुलं, मग त्यांनाही तेच– यातून निसटता येणेच नाही. एखादा अभिच... तिचाच मुलगा, असा निसटू शकतो. पण ती नाही. तिला निसटता येत नाही.

दुसरा दिवस सुरू होतो. हळूहळू त्या चार वाजताच्या वेळेकडे सरकत जातो. आजची अखेरची वेळ. उद्या यावेळी घरी आणि घराच्या खिडक्या फार अरुंद होत चालल्या. त्यातून काही बघताच येत नाही. आज तर तो अननुभूत प्रकाश– त्याचे वर्तुळ मोठे होत जाते. जसा अथांग समुद्रच! आणि कुणा परिपक्व योग्यांसारखे शुभ्र पक्षी या अथांगाचे दुसरे तीर शोधत चाललेत, ते सापडेपर्यंत त्यांचा प्रवास– ते दुसरे टोक सापडणे हेच सगळ्या प्रवासाचे सूत्र. कावेरीच्या शरीराला एक सूक्ष्म थरथर सुटते. ती मनातल्या आवेगाची आहे. आतल्या आत काहीतरी मोडतं आणि पुन्हा घडत जातं. आहे काय! काय! दूर कुठे तरी मृदंग वाजतो आहे. सुदीपने त्याच्या एका नाटकात मधला

काळ जोडणाऱ्या रिक्त जागा मृदंगाच्या बोलांनी भरून काढण्याची कल्पना तिच्यापुढे मांडली होती. तोच का हा मृदंग! मग तो इतके दिवस कुठे होता. कुठं! कावेरी डोळे मिटून घेते. त्या अथांगाचे हे ओझरते रूप, त्याचे पहिले टोक, कदाचित तिच्या आसपास असू शकेल. दुसरे मात्र नजरेच्या पलीकडेच असेल. कुणालाही जोडता आले नाही. येणारही नाही. पण तशी इच्छा ही मात्र तिची स्वत:ची असू शकते. त्यावर तिचीच मालकी. मृदंगाची आवर्तनं घुमताहेत. आपला जन्मच जणू आपण अनुभवतो आहोत का? एक जन्म तर होऊन गेलेला आहे! हा दुसरा. त्या खिडकीबाहेरच्या प्रकाशाचे टोक धरून येतोय हा... स्वत:चा जन्म स्वत: अनुभवणे ही किती विलक्षण गोष्ट! ती आज... थँक्स टू दॅट ट्यूमर... माझ्याच गर्भाशयात तो वाढलेला. अभिसारखा... मॅलिग्नंट असता तर तो जणू मृत्यूचे रूप घेऊन येता– असेल कावेरी. असेलच. मृत्यूमध्येच ती जन्माची बीजं कुणीतरी पेरून दिली असणार. कावेरीला आता हा आवेग सहन होत नाही. ती डोळे मिटून घेते. कुणाला तरी हाक मारावीशी वाटते. तर ती स्वत:लाच हाक मारते. कावेरी... कावेरी...

...सकाळी सगळे नेहमीसारखे होते. जिथल्या तिथे. वॉर्डमधली गडबड. डॉक्टरांचा राऊंड, अकरा वाजता डॉक्टर तिला घेऊन जायला आले. अवतीभवती घोटाळणाऱ्या वॉर्ड बॉईज, नर्स वगैरेंना तिने पैसे दिले. ते डॉक्टरांना आवडले नाही.

"दे डोन्ट डिझर्व इट." ते कपाळावर आठ्या घालून म्हणाले. ते पुढे निघाले. कावेरीने एकदा त्या खिडकीकडे पाहिले. ती बंदच होती. डॉक्टर गाडीत बसले. ती मागे बसायला गेली, तर डॉक्टर चिडून म्हणाले,

"समोर बस."

मागे डोळे मिटून डोके टेकून बसता आले असते. ती डॉक्टरांजवळ बसली... गाडी सुरू झाली.

"तुला घरी सोडून मी जातो. जरा काम आहे." ते म्हणाले.

रविवार आहे नं! तिला म्हणावेसे वाटले आणि नाहीही. तिने गाडीच्या खिडकीची काच खाली केली. त्या तिथे आता काहीही नव्हते. त्या प्रकाशाचे टिपूसही नव्हते. आता सगळा परिसर रुक्ष होता. तशी ती वेळच नव्हती. जन्माची वेळ. अद्भूत, आभास आणि वास्तवाच्या सीमारेषेवरील संधिप्रकाशाची.

"काच वर कर कावेरी" डॉक्टर म्हणाले. त्यांनी ए.सी. सुरू केला होता. कावेरीने काच वर केली. बाहेरचे सगळे बाहेर राहिले.

...आता पुन्हा केव्हा कावेरी! तिने स्वत:लाच विचारले.

तरुण भारत २००३ दिवाळी

■

अतिथी

दोन दिवस पाऊस नुसता रिचतो आहे. बेफाम बेलगाम पाऊस. मनात काही हेतू धरून जसा काही प्राणपणानं कोसळतोय. दुपारी बारानंतर जरा मंदावला. जरा कुठे टेकला. आता जरा उघडेलसे वाटले. तो संध्याकाळपासून पुन्हा सुरू झाला. अखंड. निकरानं. इतका की तो आता वेगळा असा उरलेलाच नव्हता. सारे अवकाश जसे पाऊसच होऊन गेलेले. सर्द धुरकट भुरकट पाऊस...

ती दोघं दुपारी पाऊस जरा उघडला त्यानंतर निघाली. दोन-तीन वाजता, रात्री दहा साडेदहापर्यंत मुक्कामावर पोचले असते या हिशेबानं. पण पावसाच्या आडव्या तिडव्या माऱ्यानं सुदर्शनला गाडी चालवणं मुष्कील होत होतं. स्पीड कमीच ठेवला होता. या स्पीडनं तर... नलिनीने त्यांच्याकडे पाहिलं. डॉ. सुदर्शनकडे. तेही व्यग्रच होते. "सुभाषला काय सांगितलं?" म्हणजे सांगितलं की नाही? असं तिला विचारायचं होतं. ते बोलले नाहीत. कपाळावर आठ्या उमटल्या. बहुधा सांगितले नसेल. बापलेकात संवाद नाही. साधे कामाचे जुजबी बोलणे तेवढे असते. पण या मर्माच्या गोष्टी सांगण्याइतका संवाद दोघांत अजिबात उरलेला नाही. सुदर्शनची पत्नी उमा गेल्यापासून, गेली आठ-नऊ वर्षं तर दोघांमधले बापलेकाचे नाते उपचारापुरते राहिले आहे. सुभाषच्या बायकोने ते सांभाळले नसते तर ते तुटलेच असते पूर्णपणे.

"दवाखाना बंद ठेवणार?" नलिनीने विचारले. सुदर्शनला एकदम चीड आली. दोन दिवस ते नाही म्हटल्यावर दवाखाना बंद राहीलच इतकी साधी गोष्ट... त्यांचा राग त्यांच्या चेहऱ्यावर इतका स्पष्ट उमटला की नलिनी गोंधळली...

"मला वाटलं की तुम्ही रामकृष्णाला ठेवाल. तुम्ही आजकाल दवाखाना सहसा बंद ठेवत नाहीत...." नलिनी भीत भीतच म्हणाली. मग तेही जरा वरमले.

ही शक्यता होतीच... पण "मी दवाखाना दोन दिवस पूर्णपणे बंद ठेवला आहे. त्याशिवाय..."

"हो." त्यांचे समजून ती म्हणाली.

थोडा वेळ कोणी बोलले नाही. सतत कोसळून राहिलेल्या पावसाच्या धारा, बरोबरीने जाणारे एखादे वाहन, वेगाने मागेपुढे होणारे व्हायपर्स आणि क्षणार्धात पावसाने पुन: पुन्हा निथळलेली ती गाडीची काच. पाणी पुसणे आणि पुन्हा ओली होणे हे सगळे एका लयीत एका विशिष्ट आवाजात. बाहेरच्या अवकाशावर वाजणाऱ्या या सर्व ध्वनींची वलयं होत होती. जिथून फुटत होती तिथेच येऊन विलीन होणारी आणि तिथूनच पुन्हा फुटणारी. या ध्वनीला एक लय होती, एक संगती होती. या प्रलयंकारी तांडवातही ती होती. ती अनुभवताना डॉ. सुदर्शनला मग जरा थोडे स्थिर वाटत गेले. नलिनीवर– बिचारीवर उगीचच चिडलो असं वाटलं. तिच्याही मनात ताण असतीलच...

दोघं आता या अर्ध्या वयात लग्न करत होती. जरा दूरच्या एका मंदिराच्या निवांत जागी. छोटेसे मंदिर. उंच उंच पायऱ्या चढून वसलेले. खालचा छोटासा गाव हिरव्या झाडीनं वेढलेला, गर्द, घनदाटसा, मंदिराच्या छोट्या आवारातून खाली खेळण्यातल्यासारखा दिसणारा. ही डॉ. सुदर्शनच्या मनातली जागा. पूर्वी ते उमाबरोबर, त्यांच्या पत्नीबरोबर गेले होते एकदोनदा. कदाचित जास्त वेळा. ते संदर्भ त्यांच्या मनात होते. म्हणून लग्न तिथे करायचे, मुहूर्त सकाळी आठचा. आता दोघांनीही पन्नाशी गाठली नुकतीच. या वेळी विशिष्ट ठिकाण, वेळ, मुहूर्त या गोष्टींना तसा रुळलेला अर्थ उरत नाही. लग्न या शब्दालाही नाही. तो तर तसा शब्दही नाहीच राहिला. शब्दाचे वरचे टरफल जाऊन आतली शुद्ध कोरी संकल्पना तेवढी उरलेली. तरी लग्न करायचे आहे. उमा गेली त्यालाही वर्षं लोटलीत. सुभाष मोठा झाला. त्याचे जग वेगळे झाले. ते सुदर्शनपासून पूर्णपणे तुटलेच असते. पण त्याच्या बायकोमुळे आणि चिमुरड्या सईमुळे छोट्या नातीमुळे ते तुटले नाही. नलिनीचेही तसेच आहे. भास्कर गेल्यानंतर पुष्कळ वर्षं ती एकटीच होती. मुली लग्न करून गेल्या. दोघी परदेशात. मुलींना आईची डॉ. सुदर्शनशी असलेली मैत्री आवडत नव्हती. नुसत्या स्नेहाला त्यांची हरकत नसावी, पण हे घनदाट परस्परात गुंतलेले धागे त्यांना नको होते. नुसता स्नेह चालत होता. स्नेहाची गडद खोली तेवढी मंजूर नव्हती. नलिनीला याची गंमत वाटायची. वाटायचं की काहीही हातात नसताना कशाकशावर माणूस आपला अधिकार जतवत असतो! पण नलिनीने मुलींना सविस्तर पत्र लिहून लग्नाचा आपला निर्णय कळवला आहे. लग्नानंतर एकत्र राह्यचे ते आता तिच्या घरीच हाही निर्णय कळवला. मुलींची उत्तरं आलीत, थोड्याफार प्रमाणात त्यांनी समजून घेतलेही.

नलिनीने तेवढी अपेक्षा ठेवलीही नव्हती. भास्करनंतर एकटं राहताना ती पुष्कळ गोष्टी नव्याने शिकत गेली होती.

"सुभाषला काय सांगितलं?" नलिनीने विचारलं.

"काही नाही." ते म्हणाले.

"थोडी कल्पना द्यायला हवी होती."

"तशी असेल कल्पना. पण आजच पावसात मी याकरता जाईन असं मात्र..."

आज सई पावसानं घरी होती. जरा लक्ष घाल असं मंजू ऑफिसला जाताना म्हणाली, तेव्हा तिला सांगितलं की ते दोन दिवस बाहेरगावी जाताहेत म्हणून, गाडी घेऊन. सुनेशी थोडा संवाद आहे. तिला याहून जास्त सांगता आलं असतंही. पण एवढ्या पावसाचं जाता गाडीने वगैरेही ती म्हणाली नाही. म्हणून मग नाहीच सांगितलं. नातीला, छोट्या सईला मात्र सांगितलं की ते गावाला जाणार आहेत आणि आल्यावर तिच्याकरता मोठी बाहुली आणणार आहे. डोळे उघडझाप करणारी. खऱ्यासारखीच. गुलाबी गालांची, सोनेरी केसांची...

नातीची त्यांना एकदमच आठवण आली आणि कुणाला सांगायचं... सांगायचं ते काय? प्रथम स्वतःलाच नीट सांगता आलं पाहिजे... ते काही घर सोडणार नव्हते. ते त्यांचंच होते. त्यांनी बांधलेले, ते आणि उमाचे मिळून असलेले घर. ते सोडणार नव्हते. ते फक्त नलिनीकडे राहायला जात होते, ते माणसंही सोडणार नव्हते. तीही त्यांचीच होती. पण या सर्वांचे मिळून जे एक अद्भुत रसायन असते ते मात्र त्यांचे राहिलेले नव्हते म्हणून...

"मी ऑफिसमध्ये प्रतिभाला मात्र सांगितलं. घराच्या किल्ल्याही दिल्या."

"का? किल्ल्या का?" ते जरा चिडले.

"या वर्षी पावसानं घर फार गळलं. दोन दिवस नुसती भांडी आणि पोती अंथरून ठेवली होती. प्रतिभाला म्हटलं जरा साफसूफ करून ठेव. दिवेही नव्हते. फ्रीज बंद होता. आपण येईतो ती सगळं वाहतं करून ठेवेल. एवढं मोठं घर, दूधबिध... तुमच्याबरोबर घरात प्रवेश करायचा तर..." ती थांबली. अशा तऱ्हेचं बोलणं सुदर्शनला आवडत नाही. या लग्नाच्या बाबतीत असा उपचार, त्यातले भावनिक हळवेपण त्यांना नामंजूर आहे. नलिनीच्या लेखी मात्र त्या मंदिरात जाऊनच लग्न ही सुद्धा तितकीच हळवी भावनावश गोष्ट! त्याकरता या पावसात निघायचे, स्वतः ड्रायव्हिंग करत, ही तर त्याहूनही... लग्न रजिस्टरही इथल्या इथे होत होतेच, करता येत होतेच. पण सुदर्शनचे असे काही आग्रह ती जपते, सांभाळते. तिच्या बाजूनं मात्र असे काही आग्रह आहेत का? होते तरी का? हेही तिला आता आठवत नाही...

"आता या वर्षीच केमिस्टिक कंपाऊंड लावून टाकू. गळणं थांबून जाईल."

सुदर्शन म्हणाले, नलिनीला जरा बरं वाटलं. तिच्यावर आपण उगाचच चिडतो आहोत! खरं म्हणजे आपण स्वत:वरच चिडतो आहोत. आपल्यापेक्षा ही जास्त स्थिर होत गेलेली आहे. त्यांनी एका हातानं तिला हलकेच जवळ ओढलं. उगाचच खरं म्हणजे. त्यांचा तो कोरडा स्पर्श त्यांच्याच समजुतीपुरता असलेला तिला कळला. ती होऊनच थोडी दूर सरकली. ''अच्छा! रागावलीस!'' त्यांनी हसून मुद्दाम नॉर्मल असल्यासारखं केलं... व्हायपर्स मधेच अडकले. गाडी थांबवली. रेनकोट घालून ते उतरले तर आता गाडीचं दार उघडल्यावर पावसाचा खरा रंग कळला. साधं उभं राहणं मुष्कील होत होतं. व्हायपर्स ठीक करून त्यांनी गाडी सुरू केली. नलिनी आपल्या ओढणीने रेनकोटमधूनही ओले झालेले त्यांचे केस, मान पुसायला लागली.

''नलिनी प्लीज...'' ते विलक्षण तुटकपणे म्हणाले.

पुसायला जवळ सरकलेली ती पुन्हा दूर झाली. बाहेरचा पाऊस बघायचा प्रयत्न करू लागली.

पाऊस वाढला होता. जेवढ्या शक्य असेल तितक्या ताकदीनं तो दातओठ खाऊन जणू कोसळणार होताच. बेमुर्वत असा...

''पावसात निघायलाच नको होतं ना?'' नलिनी म्हणाली. काहीशी स्वत:शी, काही सुदर्शनला...

''आता परत फिरायचे आहे का?'' त्यांनी एकदम रागाने विचारले.

''असं नाही.'' ती चाचरत म्हणाली.

''असं झालं असतं तर वगैरेला काही अर्थ आहे का? तसं झालेलं नाही नं!'' ते जोरात म्हणाले, मग तर नलिनी अगदी भिऊनच गेली. इतकी वर्षं स्वतंत्र राहिल्यानंतर आता अशी कुणाच्या चिडण्याबिडण्याची मुळीच सवय राहिली नव्हती.

थोडा वेळ गाडीचा आवाज ओल्या रस्त्यावर वाजत राहिला. आपण एकटेच आहोत का रस्त्यावर! कळेना. मागे, बरोबर वाहनं जाणवत नव्हती. समोरून तर एकही वाहन आले नव्हते, येत नव्हते. मग अस्वस्थपणे तिने कॅसेट लावली. पावसाशिवाय इतर आवाजाची सोबत असावी म्हणून... जुनी गाणी, मराठी. सुदर्शनला आवडायची.

आठवणींच्या आधी जाते
तिथे मनाचे निळे पाखरू
खेड्यामधले घर कौलारू...

''प्लीज नलिनी...'' ते म्हणाले. नलिनीने कॅसेट दुसऱ्या बाजूने लावली. मधूनच लागली.

धरेस भिजवुन गेल्या धारा
फुलुन जाईचा सुके फुलोरा
नभ-धरणीशी जोडून गेले...
सप्तरंग सेतू....
जिवलगा, कधी रे येशील तू...

तिने डोळे मिटून घेतले. शब्द आधी पोचत होते की स्वर! की दोन्ही वेगळे नव्हतेच उरलेले...! कॅसेट बंद झाली. तिने पाहिले तो ती सुदर्शनने बंद केली होती.

"मी तुमच्याकरता लावली होती." ती म्हणाली. गाडी पुन्हा नि:शब्द धावू लागली. पावसाचा नि वाऱ्याचा आवाज एकमेकांत गुंतलेला असा.

"तुमच्या गोळ्या घेतल्या नं?" तिने विचारले.

"समजा नसत्या घेतल्या तर! आता काय मागे जाऊन घ्यायच्या आहेत!" ते म्हणाले. ती बोलली नाही. मग तेच शांत झाले जरा.

"काही जंगलात नाही चाललो आपण." जरा शांतपणे म्हणाले, मागून एक गाडी गेली. समोर पावसाचे पाणी उडवत. तेव्हा तिला बरं वाटलं. सोबत असल्यासारखं. पावसाचा जोर आता इतका वाढला की गाडी चालवता येईना. सुदर्शनने गाडी थांबवली. तेव्हा दोघांनाही दिसलं की, त्यांच्यासमोर मागे बाजूला थांबलेल्या कार, ट्रक, बस यांची लाईन होती. समोरचा लहानसा पूल पाण्याखाली पूर्ण बुडालेला. पुलाचे कठडे पाण्यात होते. एरवी पुलाच्या मधून निमूटपणे वाहणारं नदीचं ते हिरवं शांत पाणी रंग बदलून पुलावरून जोरानं वाहत होतं. पुढचा काही रस्ता, पुलानंतरचे एक झाड पाण्यात अर्धे बुडलेले. बाजूचे एक टिनाचे शेडही अर्धेमुर्धे पाण्यात. बाजूचे नेहमीचे एक हॉटेल. तिथे चहा छान मिळतो, तिथे चहा घ्यायचा असे सुदर्शनने तिला सांगितले होते. आता इथे पोचलो होतो ते जेवायची वेळही टळून गेल्यावर आणि ते हॉटेलही बंद होते. समोर मांडून ठेवलेले बाक तेवढे पाण्यात भिजत होते. त्याच्या बाजूच्या एका प्रचंड झाडाची एक फांदी तेवढी समोरच्या गढूळ पाण्यावर वाहत पुढे जाऊ शकत होती. बाकी सारे अलीकडे आणि पलीकडे थांबलेले होते.

"आता?" तिने भयभीत होऊन विचारले.

"थांबावे लागेल." ते खांदे उडवून म्हणाले.

किती? तिच्या मनात आले.

कदाचित रात्रभर... तिनेच उत्तर दिलेही.

"काही खायला घेतलेस?"

"कॉफी... थर्मासमध्ये..."

“मी खायला म्हणतो आहे.” ते अगदी चिडून म्हणाले. तितक्याच शांतपणे ती म्हणाली. “मी तेच सांगते. लाडू, चिवडा केला होता तो आहे...”

“लाडू, चिवडा!” ती जणू खूप मूर्खच आहे अशासारखं तिच्याकडे बघत ते म्हणाले. आता तो लग्नाकरताच म्हणून केला. त्यांना रव्याचा ओला नारळ टाकून केलेला लाडू मनापासून आवडतो तिच्या हातचा. आणि तिला चिवडा.. पण हे तिने काही सांगितलं नाही.

“देऊ?” तिने विचारले हळूच.

“नको, ही वेळ काही चिवडा लाडू खाण्याची आहे?”

“तुमची ती जीन... घेतली आहे?”

“हुं. ते बायकांचे पेय! मी घेत नाही.”

तिला आता तर रागही येईना त्यांचा. हसूच यायला लागले. खूप जुन्या मुरलेल्या नवरा-बायकोसारखे फिस्कारणे सुरू आहे आणि चाललो लग्न लावायला भर पावसात.

“हसायला काय झालं?”

“काही नाही.” ती हसू दाबत म्हणाली.

“गाडी मागे घेतो. मागे एखादे हॉटेल असेल. वस्तीतही शोधता येईल.”

“गाडी वळवायची कशी पण?”

“बघतो, सापडेल जागा.”

म्हणजे आपण सकाळचा ठरलेला मुहूर्त गाठू शकत नाही. नलिनीला वाटलं. मग ती स्वत:शीच हसली. म्हणजे मुहूर्त या शब्दाचा विशिष्ट अर्थ मनात अद्याप शिल्लक आहेच. इतकी पडझड होऊनही!

गाडी आता उलट्या दिशेने धावू लागली. आता तर पावसाच्या अंगातच आले होते. गाडी थांबली.

“काय झाले?”

“बघतो.” ते म्हणाले.

पण गाडी सुरू होईना. आता? तिने आजूबाजूला पाहिले. चला, वस्ती सुरू झाली होती. आजूबाजूला बंगले, घरं होती. पण सर्व घरांतून एखाद दुसरा दिवा असावा. कुठे तर पूर्ण अंधार. पण एका बाजूला एक एकटे, एकांडे घर उभे होते. त्या घरात सर्व घरभर दिवे होते. बाहेरचाही लाईट होता आणि त्या उजेडात त्या घरापर्यंतची वाटही दिसत होती. कुणी अंधारात मुद्दाम दिवा दाखवावा तशी. उजव्या बाजूला आत एका वळणावर थोडे उंचावर असे ते घर होते. बंगलीवजा. गाडीला काय झाले ते टॉर्च घेऊन पाहिले. पण पाऊस आणि वारा एवढा की काही स्थिर दिसेना. टॉर्चही अंधुक अंधुक. गाडी जरा आत तर घेतली पाहिजे,

रस्त्यावर उभी होती.

"मी स्टार्ट करतो, तू ढकल... " त्यांनी नलिनीला सांगितले.

"मी?"

"मग तू स्टार्ट कर!"

तिने खाली मान घातली. गाडीचं काही येत नाही तिला. भास्कर मधेच गेला. गाडी घेण्याची ऐपतच नंतर कधी आली नाही. पण सुदर्शनच्या हे सगळे या वेळी लक्षात आले नाही. दोघांनी मिळून कशीतरी गाडी बाजूला उभी केली. त्यांच्या अंगावर रेनकोट होता. पण ती मात्र पूर्ण भिजून गेली. छत्रीचा या वेळी उपयोग झाला नाही. दोघंही त्या दिसत असलेल्या उजेडाच्या दिशेने त्या घराकडे वळले. घराच्या आवाराचे फाटकही उघडे होते. सुदर्शनने बेल दाबली. मिनिटातच दार उघडले. दारात ओले निथळते दोघं आणि दार उघडल्याने वाढलेला अंगावर येणारा पावसाचा आवाज.

बाई... दार उघडलेली ती आत बोलवायला गेली. ती कामवाली असावी. मग एक तरुण मुलगी आली. जरा काळजीत होती. व्यग्र होती. या वेळी ही अनाहूत दोघं. भर पावसात! कोण, कुठली?

"काय आहे?" तिनं कमालीच्या रुक्षपणानं विचारले.

"आमची गाडी बंद पडली. बाहेर हा एवढा पाऊस. जरा पाऊस ओसरेतो, थांबता आलं तर.... निदान थोडा कमीही झाला तर, गाडीला काय झालं बघता येईल." सुदर्शनने फक्त सांगितलं. स्वरात विनंती नव्हती. तशी गरजही वाटली नाही. साधी सरळ गोष्ट. त्यांच्या बंगल्याशी असं अशावेळी कोणी येतं तर नक्कीच आत घेतलं असतं हे अन्तर्यामी होतं... पण त्या मुलीने आत या म्हटले नाही. उभी होती तिथूनच आवाज दिला—

"आजी..."

पण आजीचा आवाज आला नाही. ती मुलगी काळजीनं आत गेली. तो आजी हळूहळू उठत होती. खुर्चीच्या दांड्याला धरून.

"तू आवाज दिला नाहीस. मला वाटलं..." ती मरणोन्मुख पडलेल्या आजोबांकडे पाहत म्हणाली.

"अगं, येतच होते." त्याही शेवटची घटका मोजत असलेल्या नवऱ्याकडे पाहत म्हणाल्या. आवाज थकलेला, शरीर शिणलेले, त्याहूनही जास्त मन, आयुष्यभराची साथ सुटत होती. वयाचा हिशेब अशा वेळी कुठे थारा देत नाही. आजी बाहेर आल्या.

"काय गं?" त्यांनी विचारलं आणि समोर दिसलेच ते दोघं. भिजून चिंब झालेले. निथळते. त्यातली ती तर ओल्या थंडीनं थरथर कापत होती.

"या, आत या. नंदू, त्यांना आत घे.'' आजीचा खोल थकलेला आवाज सुदर्शनने ऐकला. पण ती मुलगी तशीच उभी होती. मग आजीजवळ जाऊन कुजबुजली.

"कोण कुठली माणसं, आजी? या भलत्या वेळी, आबांची ही अवस्था...''

"पूल ओव्हरफ्लो होत होता. तिथून परतलो. पाऊस थोडाही कमी झाला की...'' एकटा असतो तर गाडीतही थांबलो असतो. पण नलिनी सोबत होती...

"पाऊस कमी झाला तर एखाद्या जवळपासच्या हॉटेलातही जाऊ. गाडी राहू दे इथेच.'' तेच बोलत होते सुदर्शन.

"या, या तुम्ही.'' आजी म्हणाल्या.

मग क्षणभर थांबून म्हणाल्या, "तुम्हाला एक सांगते. हे हिचे आजोबा. खूपच आजारी आहेत. शेवटचीच घटका म्हणायची. आजची रात्र उलटेल न उलटेल...'' आजी आत जायला लागल्या.

"मी बघतो, म्हणजे मी डॉक्टर आहे.'' सुदर्शन आत येत म्हणाले. दार बंद झाले आणि पावसाचा आवाज जरा कमी झाला.

"बघा तुम्ही. पण डॉक्टर आताच येऊन गेलेत...'' सगळं संपल्यातच जमा आहे अशासारखं आजी म्हणाल्या. त्यांना दिलेल्या खोलीत दोघं गेले...

नंदूला अजूनही हे आवडलेले नव्हते. "कोण कुठली माणसं, आजी! कशावरून पावसातच सापडली आहेत. चोर लफंगे सुद्धा असू शकतात!''

"पण नंदू ही वेळ काही खोटं असण्याची नाही. ते चाललेत ती ही वेळ. तुझ्या आजोबांनी आयुष्यभर माणसं जोडलीत. विश्वासच ठेवला. फसलेसुद्धा ते एकदोनदा. पण विश्वास ठेवण्याची सुद्धा एकेक वेळ असते. माणसं भली दिसतात,'' आजीला वाटलं. पण त्या तशा बोलल्या नाहीत.

"त्यांना गरम काही दे. पबूला सांग, खायचं विचार. गरम भात लाव म्हणावं. बाकी उरलं असेल.''

नंदूला आजीचं मुळीच पटलं नाही. सुदर्शनने पुन्हा जाऊन गाडीतून सुटकेस आणली. जीनची बाटलीही घेतली... कपडे बदलले. बरोबरचा ग्लास काढला.

"तुम्ही आता या वेळी घेणार आहात?'' नलिनीने भीत भीत विचारले. ते त्यांना आवडले नाही. का, काय हरकत आहे? असे वाटले. नेहमीची आठी कपाळावर उमटली.

"त्या आजींनी या भलत्या वेळी घरात घेतले. आजोबांची तशी वेळ असेल तर... ही काही हॉटेलची खोली नाही.'' तिने सांगितले. हे सांगताना तिला भीतीही वाटली नाही सुदर्शनची. दारावर टक् टक् झाली. नलिनीने बाटली ग्लास लपवले. दार उघडले. कॉफीचे ट्रे घेऊन ती बाई उभी होती.

"जेवायचं का विचारतात."

नलिनी नकोच म्हणत होती. पण सुदर्शननी एकदम म्हटलं,

"चालेल. पण मुद्दाम करू नका." ती बाई गेली.

"काय हे? जेवायचं हो म्हणालात!"

सुदर्शनला ते आवडले नाही. नलिनी नेहमीच दोन भिन्नभिन्न गोष्टींचा संबंध एकमेकांशी जोडते. उमाही तशीच. दुसऱ्याचं घर. भलती वेळ, ड्रिंक घेऊ नका. जेवायला हो म्हणू नका. अरे, आपल्या दाराशी असं कुणी येतं तर...

...एक आठवण तळातून वर आली... उमाचं जास्त होतं आणि त्याची आई जेवून घ्या म्हणत होती. शेवटी तर उमानेही विचारलं जेवला नं! जेवून घ्या... जेवलो. मग कधी तरी लक्षात आलं. तेव्हा नसतं जेवलो तर नंतर कितीतरी तास जेवता आलं नसतं. सुभाष यायचा होता, तो येईपर्यंत... सुदर्शन उठले. नलिनीला म्हणाले,

"चल, आजोबांना बघून घेऊ." दोघं आजोबांच्या खोलीत आली. आजोबांचा कृश देह पांघरुणाखाली कळतही नव्हता. श्वास सुरू होता, तो मधून मधून हादरे दिल्यासारखा होत होता. विशिष्ट अंतराअंतराने. डोळे मिटले होते आणि ऑक्सिजन लावला होता... सकाळही होते की नाही असे वाटले. सुदर्शनमधल्या डॉक्टरला कळले की वेळ कमीच उरलेला आहे. मग ऑक्सिजन कशाला?

"ऑक्सिजन..." त्यांनी विचारले.

"माझा मुलगा यायचा आहे. अमेरिकेहून निघाला आहे. उद्या सकाळी विमान येईल त्याचं. तोपर्यंत म्हणून..." इतक्या वेळेवर मुलगा येतो? आपणही कुठे पोचलो होतो दादा गेले तेव्हा?

"हा एकच मुलगा?" सुदर्शनने उगाचच विचारले.

"हो."

"आणि ही त्यांची मुलगी?" ते नंदूला उद्देशून म्हणाले.

"ही माझ्या मुलीची मुलगी. माझी मुलगी नाही आता. ही माझ्याजवळच असते, लहानपणापासून. एम.एस्.सी. फायनलला आहे." आजींनाही सांगावंसं वाटलं. नंदू जेवायला चला म्हणून सांगायला आली. तिचा राग अजूनही गेला नव्हता. या कुठल्या कोण माणसांनी उपटसुंभासारखं घरात यावं. या अशा वेळी आणि आपण त्यांच्याकरता गरम भात करावा.

"जा, खाऊन घ्या दोन घास." आजी म्हणाल्या

दोघं पानावर आली. मुगाची खिचडी गरमागरम. लिंबाचे जुने लोणचे आणि अमसुलाचे सार. मेतकूट. पोटात भूक होतीच. सकाळी ताणलेल्या अवस्थेत दोघांनाही जेवण गेले नव्हते. साराची चव उमा करायची तशी होती. हे लोक

कऱ्हाडे असले पाहिजेत. उमा कऱ्हाडेच होती. ही चव त्या लोकांचीच... आता असे वेगळेपण उरलेले नाही. सगळं एकमेकांत मिसळून गेलं तरी काही असे खास असतेच ते... समोर ती बसली होती. आजीनं सांगितलं असेल म्हणून त्यांचं जेवण होईतो थांबलेली. मनातला राग साधा लपवायचा प्रयत्नही न करता.

"कुठल्या विषयात एम.एस्सी. करतेस?" सुदर्शनने विचारलं.

"मॅथ्स." तिला बोलणे सुरू ठेवायचे नव्हते हे ती स्पष्ट दाखवून देत होती. उमानंही मॅथ्समधेच एम.एस्सी. केलं होतं– त्यांना आठवतं.

"घरात तुम्ही तिघीच असता?"

"चौघं. आबा आहेत अजून." ती एकदम म्हणाली. तीक्ष्ण स्वरात.

"हो. या अशावेळी म्हणजे आजोबा आजारी असताना, आणि कुणी नाही का... असं..." तिने यावर बोलणे टाळले.

"जेवण चांगले झाले. सार मला आवडले..." ते म्हणाले. नलिनी शांतपणे जेवत होती. ही वेळ आवडले वगैरे सांगण्याची आहे तरी? तिला वाटले.

"तू आमच्यावर रागवली आहेस!" सुदर्शन नंदूला म्हणाले.

"मी! छे!" ती त्याच तुटकपणे म्हणाली.

"आम्ही या वेळी आलो म्हणून...!"

नंदू स्तब्ध राहिली. सुदर्शन तिच्या या रागाकडे पाहत राहिले. तो त्यांना अनुभवावासा वाटला. उमाही अशीच रागवायची. तिच्या सगळ्या संवेदना अशाच अतिशय उत्कट होत्या.

...सुदर्शन मग आजोबांच्या खोलीत आले. पाऊस तीव्रतेनं जाणवत होता... कधी थांबणार, थांबणार की नाही असा. आजोबांचा श्वास सुरू होता. उचकटत, हादरे देत.

"जेवलात?" आजीनं विचारलं.

"हो. भूक लागली होती हे जेवताना समजलं."

"प्रवासात भूक लागतेच. जास्त लागते." आजी म्हणाल्या.

"तुम्ही कऱ्हाडे का?" मग सुदर्शनने एकदमच विचारलं.

"हो."

"सार माझी पत्नी करायची तसंच झालं होतं. ती कऱ्हाडेच होती. ती गेल्यानंतर... आज इतक्या वर्षांनी ती चव पुन्हा..."

पत्नी गेली! मग ही सोबतची बाई? नंदूच्या डोक्यात संशय उमटला. पण आजीने तिकडे लक्ष दिलं नाही. त्या आजोबांकडेच पाहत म्हणाल्या,

"यांनाही हे सार आवडते फार म्हणून केले. तोंडाला चमचा तेवढा लावला. तुमचं खरं आहे. असं सार फक्त कऱ्हाड्यांच्याच घरी होते."

बाहेर पाऊस तसाच अविरत, सतत, ओल्या वाऱ्यातून घुमत पडत होता. त्याच्या त्या तशा पडण्यातही एक सातत्य होते. एक ओळखी ओळखीचीशी लय होती. वरखाली होणारी स्वरांची आवर्तनं... कुठली? कसली?... मध्येच दिवे गेले. आता सर्वत्र अंधार झाला. बाहेर होताच. आतही झाला. आजींनी अंधारातही नेमक्या मेणबत्त्या काढल्या. इमर्जन्सी लॅम्पही लागला. उमा. उमाच. उमा अशीच. सुदर्शनला आठवण झाली. तिचं तिच्या घरावर, घरातल्या वस्तूंवर, त्यांच्या जागांवर विलक्षण प्रेम. त्या जागा तिला अंधारातही दिसत. कळत. नेमका हात तिथं पोचे.

...सुदर्शननं आता आजोबांकडे पाहिलं. आता शरीरात शिल्लक होती ती क्षीणशी धुगधुगी. मेणबत्तीच्या हलक्या प्रकाशात त्या वयोवृद्ध चेहऱ्यावरचा मृत्यू त्यांना स्पष्ट दिसला. त्यांना त्यांचे वडीलच आठवले. तो छातीचा भाता, लावलेला ऑक्सिजन, सुकत चाललेले, कोरडे पडलेले ओठ... तसेच सगळे. पण एक फरक मात्र होता. असा मूर्तिमंत मृत्यू समोर दिसत असूनही या घरात मृत्यूचा गंध कुठेच नव्हता. आसपासही नव्हता. त्यांनी असा मरणगंध किती अनुभवलेला आहे! उमेच्या वेळी, आई गेली तेव्हा, वडिलांची तर भेटही झाली नव्हती तेव्हा. जवळचा मित्र अनंता ॲक्सिडेंटमध्ये गेला तेव्हा. हॉस्पिटलमध्ये जॉब केला तेव्हा तर किती... पण हे एक घर त्यापासून दूर आहे मात्र. मृत्यू इतका जवळ येऊन ठेपलेला आहे तरी.

"शुद्धीवर आहेत?" नलिनीने विचारलं आजींना.

"हो, हाक दिली की चेहऱ्यावर जरा हालचाल दिसते." आजी म्हणाल्या.

"तुम्ही जरा टेकता का? मी बसते जवळ." नलिनी आजींना म्हणाली.

"तुम्हीच पडा. झोप नाही मला." आजी म्हणाल्या.

"तरी पण नुसतं टेका..." नलिनीनं आग्रह केला. दोघं त्यांच्या खोलीत गेली.

"आजचीच तर रात्र... असू दे." आजी पुटपुटल्या. पण नंदूने आबांची खुर्ची आणली. जुनी आरामखुर्ची. कापडाची. आता तशी पद्धत राहिली नाही. पण आबांनी यंदाच त्याचे कापड नवे केले. त्या आरामखुर्चीत बसून ते त्यांच्या मॅग्निफाइंग ग्लासनी भरभर वाचत असत. वाचलेले नंदूशी, आजीशी बोलत. अजूनही. आताही. शिवराम कारंथांचे पुस्तक त्या आरामखुर्चीच्या झोळात पडलेले होते. 'मिटल्यानंतर.' अनुवादित पुस्तक. ते पूर्ण होता होताच त्यांना हॉस्पिटलमध्ये जावे लागले. आजी आरामखुर्चीत टेकल्या. विसावून त्यांनी डोळे मिटून घेतले. इतक्या वर्षांच्या किती अनंत आठवणी.

"मामांना आणायला सकाळी एअरपोर्टवर जाईन मी." नंदू म्हणाली.

"येईल ग तो." आजी म्हणाल्या.

"एकटाच येतोय पुन्हा. ती येत नाही. मुलं नाही. हाही येईल आणि दहा दिवसांनी निघून जाईल पाहुण्यासारखा.''

...सुदर्शननी सिगरेट काढली. लायटर सापडेना. खोलीतली मेणबत्ती विझलेली. जवळ ठेवलेली काड्यांची पेटी सर्द. आता नलिनी थोडी अस्वस्थ. आजची रात्र निभली म्हणजे झालं. उद्या आपण इथून गेल्यावर आजोबा गेले तरी हरकत नाही; पण त्यापूर्वीच नको. उद्या एक नवा दिवस.

...अनेक दिवसांनंतरची एक सुरुवात आणि याच घरी नेम धरून थांबलो. जिथे... पाऊस आता नुसता पडत नाही. नुसता बाहेरच्या अवकाशावर वाजत नाही. तो सैरावैरा होऊन आपटतो आहे. खिडकीच्या तावदानांवर, झाडांवर, छपरांवर, ओल्या रस्त्यांवर बाहेर साचून राहिलेल्या पाण्यावर, त्यानेच भिजवून टाकलेल्या साऱ्या आसमंतावर.

"यापेक्षा गाडीत बसून राहतो तरी चालतं.'' नलिनी म्हणाली.

"का? इथे काय वाईट आहे?'' सुदर्शन म्हणाले.

"वाईट नाही, पण इथे एक माणूस मरून राहिले आहे.''

"त्यांच्या मृत्यूशी आपला संबंध कुठे येतो?'' सुदर्शन म्हणाले.

"संबंध नाही तर मग नेमकं इथेच याच घरी का आलो?''

सुदर्शनला काही बोलता आले नाही. तो निव्वळ योगायोग. हे तर होतेच स्पष्ट तरीही....

संबंध आहे की नाही हे सगळे आपल्या मानण्यावर आहे. आजी आपल्याला नाही म्हणू शकत होत्या. पण त्यांनी तसे केले नाही. आणि उद्या आपण इथून जाऊ तर पुन्हा कधीही इथे येणार नाही. मग तरीही... या सगळ्याला काय काहीच अर्थ नाही.

"नलिनी?'' सुदर्शननी म्हटलं, अगदी हळुवारपणे. इतक्या की तिच्या अंगावर रोमांच आले. तिने त्यांच्या हातावर हलकेच हात ठेवला.

"मला असंच वाटलं की उलटं झालं असतं तर... आजीच जात असत्या आणि आजोबा मागे राहणार असते तर...''

"असं कसं?'' नलिनी पुटपुटली.

"मी नेहमीच एखादं चित्र असं दुसऱ्या बाजूनं बघतो. बघून पाहतो... नलिनी, तसं असतं तर आपण दोघं या संपूर्ण चित्रातला एक वेगळा वरून चिकटवलेला तुकडा असे झालो असतो. सकाळ होताच निघून जाणारे आपल्या रस्त्याने.''

"तुम्ही काय म्हणताहात? आताही तर तेच होईल.''

"हो, होईल. होईलच. पण आपण इथून नुसते निघून जाणार नाही.''

"म्हणजे?'' नलिनीला कळेना.

"नलिनी, मला यात कुठेतरी ओवल्या गेल्यासारखे वाटते, ते या आजींमुळे. हा निव्वळ योगायोग असेल!''

"तुम्हाला टेन्शन येते आहे का?''

"नाही गं!'' ते म्हणाले.

जे ठरवलं आहे त्याची आतून पूर्ण तयारी नसली तर असं वाटू शकतं, तिला वाटलं. सुदर्शनला वाटलं, आपण तिला सांगू शकत नाही किंवा तीच कमी पडते आहे. त्यांनी डोळे मिटून घेतले. पावसाचा आवाज आता वेगाचा, अधिक वेगाचा, एकसारखा, लयबद्ध. वाऱ्यातून वरखाली होणारा. जसा रुद्राचा एकसाथ घोष अनेक मुखांतून. वडिलांबरोबर शिकलेला रुद्र. वडील रुद्र करायला जात... कठोर तपाचरणी राहून रुद्र मुखोद्गत असलेले दादा. शुद्ध उच्चार, शुद्ध आचरण, कांदा लसूण वर्ज्य. आयुष्यभर पाळलेला संयम शेवटी सुटला. वासना चळली. जिभेवरला ताबा शेवटी गेला. कुणी हिणवलं. कदाचित मुलांनी, आईनी, आता मुखातला रुद्र गेला... तो हा रुद्र. हा त्याचा घोष. की अवकाशावर एका लयीत वाजणारा कुठलाही ध्वनी आपल्या मनातल्या हुंकाराचे रूप घेतो! नाही, हा रुद्रच आहे. रुद्र. रुद्र म्हणताना लयीत वरखाली होणारे दादांचे हात...

अश्मा च मे मृतिका च मे गिरयश्च मे
पर्वताश्च मे सिकताश्च मे वनस्पतयश्च मे

...कितीतरी वर्षांपूर्वीचा तो घोष आज असा ओठांवर आला. मघा ग्लास तोंडाला लागला नाही. लायटर नाही, आगपेटी उजळली नाही ती या करता...! असे काही असते तरी का पण? दोन भिन्न भिन्न गोष्टी अशा एकाला एक लागून असतात? हा रुद्रच! की दुसरेही काही असू शकेल! पण या वेळी तरी रुद्रच. नंदीवर बसून शिव यावा, तसा या प्रलंयकर पावसाच्या धारांवर बसून येतो आहे! की मृत्यूवर... आता विजा कडाडत नाहीत. फक्त पाऊस पडतोय. अविरत. पहाटेचे तीन साडेतीन...

आजोबांच्या खोलीत जरा गडबड वाटली. सुदर्शननी जाऊन पाहिलं. तो आजी जवळ जाऊन वाकून पाहत होत्या. मघा उचकत असलेला, हादरे बसत असलेला श्वास आता अतिशय क्षीण होत होत शून्यात विसर्जित होऊ पाहत होता. त्यांना वडिलांची वेळ आठवली. वडिलांबद्दल सूक्ष्म अढी होती. त्यांनी सोसायला लावलेल्या गरिबीबद्दल, त्यांच्या कर्मठ शिस्तीबद्दल. त्यांच्या शेवटच्या अनिर्बंध अवस्थेबद्दल. सुदर्शन कॉन्फरन्सला गेले होते. उमाचा फोन आला, तेव्हा विमानाने निघाले. पण भेट झाली नाही....

सुदर्शनला पाहून आजी म्हणाल्या, "मला वाटतं वेळ आली आहे. नळ्या

काढून टाकाव्या. या वेळी तरी त्यांनी निरुपाधिक असावं.''

सुदर्शनला ते पटलं. लावलेला ऑक्सिजन काढला. आता उरलेला अखेरचा श्वास फक्त आजोबांचा स्वत:चा होता. आता कुठलीही उपरी गोष्ट नव्हती. बाहेर रुद्राचा घोष आणि आतही. सुदर्शनने डोळे मिटून घेतले.

वित्तं च में वित्तिश्च मे भूतं च मे भूतिश्च मे
वसु च मे वसतिश्च मे कर्मं च मे शक्तिश्च मे

तो रुद्राचा घोष अन्तर्यामी भिनत गेला. जणू जाणाऱ्या दादांच्या जवळ बसून सुदर्शन ते म्हणत होता. स्वत:. जणू आपल्या वेळी आपण बाहेरचे असतो. पाहुणेच जसे. पण दुसऱ्याच्या वेळी मात्र आपला सहभाग असतो! सुदर्शनला काही कळेना. ते भानावर आले तेव्हा आजोबा गेले होते. आजी शांत निश्चल होत्या. नंदूनं आजीच्या मांडीवर डोकं टेकलं होतं...

पुरती पहाटही नव्हती आणि रात्रही नव्हती आणि लक्षात आलं की या संधिकालीन वेळेला पावसाचा जोर किंचित कमी होत होता. पुरेसा पडून थकला होता म्हणून, की त्याच्या मनातला हेतू पूर्ण झाला होता म्हणून... कोण जाणे! पिसाटलेले घुमणारे वारे थांबत होते. पाऊस नुसताच पडत होता. किंचित कमी कमी होत.

सुदर्शनने नलिनीला उठवले...

सात वाजता पाऊस पूर्ण थांबला. आकाश अद्याप ओले होते. पण सध्या पाऊस थांबलेला होता. झाडापानांतून तसे पाणी ठिबकत होते. पण पाऊस मात्र थांबला होता. आजीच्या मुलाला आणायला गाडी गेली होती. विमान थोडे लेट होते. लोक जमत होते. पण मुलगा येतच होता. सुदर्शन आजीजवळ गेले. त्या आजोबांजवळ बसून होत्या.

''आम्ही निघतो आहोत.''

आजींनी पाहिलं.

''हो, तुम्ही यात अडकू नका, निघा तुम्ही.''

तरीही सुदर्शन उभेच होते. त्यांना आजींना काही सांगायचं होतं. ही भलती वेळ असूनही सांगायचं होतं. त्यांनी शब्द जुळवले. साधीशीच गोष्ट सांगणं इतकं कठीण असतं! हे प्रथमच अनुभवलं त्यांनी. मग पुन्हा शब्द एकत्र केले.

''आम्ही लग्न करायला जात आहोत...''

आजींनं पाहिलं. दोघांकडेही. त्यांचे थकले, शिणलेले डोळे चमकले. जराशाने त्या म्हणाल्या,

''जा. स्वच्छ आंघोळ करून घ्या. सगळा दोष धुऊन निघेल. तसाही या

मरणाला दोष नाही. पिकलं पान झाडावरून गळून पडलं. आयुष्य पूर्ण खर्च करून आलेलं निवांत मरण...''

आपण दोषबिष मानत नाही. पुन्हा या दोन भिन्नभिन्नच गोष्टी... सुदर्शनला वाटलं. दोघं गाडीजवळ आले. अजून गाडी सुरू व्हायची होती. पण त्या पुलाकडून वाहनं येत होती, म्हणजे रस्ता खुला झाला होता.

दीपावली २०००दिवाळी

■